ചിന്തായാനം

എന്റെ ചിന്തകളിലൂടെ ഒരു യാത്ര

അപ്പു വാഴക്കുന്നം

എന്നോടൊപ്പം എന്നെക്കാൾ എഴുത്തുകളെ സ്നേഹിച്ചവർക്കും,
പിന്തുണച്ചവർക്കും, കരുതിയവർക്കും, തെറ്റുകൾ
തിരുത്തിയവർക്കും, ചൂണ്ടിക്കാട്ടിയവർക്കും, ഒരുപിടി വിമർശനങ്ങൾ
കൊണ്ട് എഴുത്തുകളെ കൂടുതൽ ജ്വലിപ്പിക്കുവാൻ
സഹായിച്ചവർക്കും സമർപ്പിക്കുന്നു...

ഉള്ളടക്കം

Layout & Design - Madhav Krishna
Cover - Naveen Mohan & Joel B George

ശൈജു മാത്യു സാബു (അപ്പു വാഴക്കുന്നം) പത്തനംതിട്ട ജില്ലയിലെ ഇകാഴഞ്ചേരി ചെറുകോൽ ഗ്രാമപഞ്ചായത്തിലെ വാഴക്കുന്നം പുളിക്കൽ ചാമക്കാലയിൽ സാബു വർഗീസ്, ഏലിയാമ്മ സാബു എന്നിവരുടെ മകനായി 2000 ഒക്ടോബർ 26-ന് ജനിച്ചു. ശൈനോ സൂസൻ സാബു സഹോദരി, ശോശ മാത്യു അമ്മച്ചി. ഹൈസ്കൂൾ, ഹയർ സെക്കൻഡറി വിദ്യാഭ്യാസം കോഴഞ്ചേരി സെന്റ് തോമസ് ഹയർ സെക്കൻഡറി സ്കൂൾ. ചങ്ങനാശ്ശേരി എസ് ബി കോളേജിൽ വൊക്കേഷണൽ ഇംഗ്ലീഷ് ജേണലിസത്തിൽ ബിരുദം.

449 ദിനങ്ങളിൽ (700 നിലവിൽ) ദിനങ്ങൾ "എന്റെ ചിന്തകൾ" എന്ന പേരിലുള്ള എഴുത്തുകളിലൂടെ *Asia Book of Records*-ൽ "**Grand Master**" പദവിയും, *India Book Of Records*-ൽ "Maximum Quotes On Instagram For Consecutive Says' റെക്കോർഡുകൾ കരസ്ഥമാക്കി. Motherz Planet എന്ന കമ്പനിയിൽ സേവനമനുഷ്ടിക്കുന്നു.

അവതാരിക

ചരിത്രം കാലത്തിനനുസരിച്ചു ഓരോ ചിന്തകരെ സൃഷ്ടിക്കാറുണ്ട്. അവർ കാലത്തിന്റെ ആവശ്യകതക്കനുസരിച്ചു അവരുടെ ചിന്തകളെ തൂലികയിലാക്കി ലോകത്തിനു സമ്മാനിക്കാറുമുണ്ട്. അപ്രകാരം തന്റെ ചിന്തകളെ വാക്കുകളുടെ വരിഭംഗിക്കകത്താക്കി വിസ്മയം സൃഷ്ടിച്ച ഒരു യുവ എഴുത്തുകാരന്റെ പുസ്തകമാണ് 'ചിന്തായാനം' എന്റെ ചിന്തകളിലൂടെ ഒരു യാത്ര.

പ്രസ്തുത പുസ്തകത്തിൽ എഴുത്തുകാരൻ ഓരോ വിഷയത്തെ അഭിമുഖീകരിക്കുന്നതും സമകാലീന ചിന്തകളുടെ അടിസ്ഥാനത്തിലാണ്. പൊതുസമൂഹത്തെ ആകെ മൊത്തം തന്റെ രചനയുടെ ഭാഗമാക്കാൻ എഴുത്തുകാരന് സാധിച്ചു. നുറുങ്ങുചിന്തകൾക്ക് ഭാഷ അദൃശ്യമെങ്കിലും, വാക്കിന്റെ ഉയിരവിടെ

നിശബ്ദം ആകിലും, ഈ രചനകൾ വായിക്കുമ്പോൾ സമൂഹത്തിന്റെ പൊതു പ്രക്രിയകൾക്ക് പുതിയൊരു ഭാഷയും ലിപിയും നമുക്ക് തുറന്നു കിട്ടുന്നു.

അരയാൽ വിത്തിലൊരരയാൽ പോലെ എന്ന കവി വാക്യം പോലെ ഓരോ നുറുങ്ങു ചിന്തയും പ്രകാശം വിതറുന്നത് വലിയ ആശയ സംവേദനത്തിലേക്കാണ്. ഇരിപതാം നൂറ്റാണ്ടിനെപ്പറ്റി ഉത്കണ്ഠയുടെ യുഗമെന്നും, ഇരുപത്തി ഒന്നാം നൂറ്റാണ്ടിനെ മതിഭ്രമത്തിന്റെ യുഗം എന്നുമാണ് പറയേണ്ടത്. ഈ കാലഘട്ടത്തിന് അനിവാര്യമായ ചിന്തകളാണ് എഴുത്തുകാരന്റെ തൂലിക സമ്മാനിച്ചിട്ടുള്ളത്. നീതി വിജയത്തിന്റെ പരിവേഷത്തിനുള്ളിൽ അരങ്ങേറിയ,നമ്മുടെ കാലത്തിന്റെ ഏറ്റവും വലിയ അനീതികളെ നിശബ്ദം വിമർശനാത്മകമാക്കി രചയിതാവ് ദർശിച്ചിരിക്കുന്നു.

ഓരോ പ്രഭാതത്തിലും വാട്സ്ആപ്പ് സന്ദേശങ്ങളായി ക്രമീകരിച്ചിരുന്ന നുറുങ്ങു ചിന്തകളാണ് ഇന്നു പുസ്തകമായി വായനക്കാരിലെത്തുന്നത്. ഈ ചിന്തകൾ കൂടുതൽ വായനക്കാർക്ക് പ്രചോദനം ആയി തീരട്ടെ. പ്രിയപ്പെട്ട അപ്പുവിന്റെ തുടർ രചനകൾക്കും ഭാവ സൗന്ദര്യങ്ങളുടെ പിന്തുണകൾ ഉണ്ടാകട്ടെ.

- മിന്റ് മറിയം വർഗീസ്

ആമുഖം

ഈ പുസ്തകത്തിന്റെ ഓരോ താളുകൾക്കും അക്ഷരങ്ങൾക്കും വാക്കുകൾക്കും ഒരുപാട് കഥ പറയുവാൻ ഉണ്ടാവും ഒരു സാധാരണക്കാരൻ അഭിമുഖീകരിച്ചിട്ടുള്ള കണ്ടിട്ടുള്ള കേട്ടിട്ടുള്ള തൊട്ടറിഞ്ഞിട്ടുള്ള ജീവിത സാഹചര്യങ്ങൾ ഇവിടെ അക്ഷരങ്ങളായി മാറി, 500 ചിന്തകളാണ് ഈ പുസ്തകത്തിൽ ഉൾപ്പെടുത്തിയിട്ടുള്ളത്. ഒരു എഴുത്തുകാരനോ വലിയ ചിന്തകനോ ജ്ഞാനിയോ പണ്ഡിതനോ അല്ല എന്ന് ഉത്തമ ബോധ്യമുണ്ട്. എന്നാൽ ഇവിടെ ഉരുത്തിരിഞ്ഞിരിക്കുന്ന ചിന്തകൾ ജീവിതത്തിൽ നേരിട്ടനുഭവിച്ചതും അറിഞ്ഞതും മനസ്സിലാക്കിയതും കണ്ടതുമായ ചില കാര്യങ്ങളെ ചെറു ചിന്തകളായി എഴുതുക്കുകയാണ്.

നമുക്കുചുറ്റും ഉള്ള ചില കാര്യങ്ങൾ നാം കണ്ടതോ അറിഞ്ഞതോ ആയ എന്തൊക്കെയോ തൂലികയിലൂടെ അക്ഷരങ്ങളായി മാറി. ഇതിലെ പല ചിന്തകളും നമ്മൾ ഓരോരുത്തരുടെ ജീവിതത്തിലും കടന്നുപോയതോ പ്രിയപ്പെട്ടവരിലൂടെ അവർ അനുഭവിച്ചത് ആയ അനുഭവങ്ങളാവും.

ഈ പുസ്തകത്തിലേക്ക് എത്തുന്നതിന് പിന്നിൽ ഒരു വലിയ കഥയുണ്ട്, എന്നെ അക്ഷര ലോകത്തേക്ക് കൈപിടിച്ചു നടത്തിയ എന്റെ കഥ. ആ കഥയുടെ ഒരു ചെറിയ ഭാഗം മാത്രമാണ് ഇന്ന് നിങ്ങളുടെ കരങ്ങളിൽ ഇരിക്കുന്ന ചിന്തായാനം എന്ന് ഈ പുസ്തകം. കൗമാരപ്രായത്തിൽ അപ്രതീക്ഷിതമായി ഏറ്റ ഒരു അനുഭവം കുതിച്ചു ചാടുന്ന കൗമാരപ്രായത്തിൽ പലരുടെയും ജീവിതത്തിൽ ആ അനുഭവം തൊട്ടുതലോടി പോയിട്ടുണ്ടാവും. എന്റെ ഉള്ളിലെ വികാരത്തെ പുറത്തുകാട്ടുവാൻ എഴുതി തുടങ്ങിയതാണ് അവസാനം ഇതാ ജീവിതത്തിലെ വലിയൊരു സ്വപ്നത്തിലേക്ക് എത്തിച്ചിരിക്കുന്നു.

ഒരു നഷ്ടത്തിൽ നിന്ന് ആരംഭിച്ച ഇന്ന് അഭിമാനത്തോടെ പറയുവാൻ ഒരുപാട് നേട്ടങ്ങളുടെ സമ്മാനിച്ച നിരാശ. ആ നിരാശയിൽ നിന്ന് മുന്നിൽ ജ്വലിക്കുന്ന സ്വപ്നങ്ങൾ കാട്ടിത്തന്നു. പിന്നീടുള്ള പോരാട്ടം

ആ സ്വപ്നങ്ങളിലേക്ക് ആയിരുന്നു സ്വപ്നങ്ങളെ പ്രണയിക്കുവാനും ആ പ്രണയത്തിനു വേണ്ടി നടന്നിങ്ങുവാനും ജീവിതം പഠിപ്പിച്ചു. നവമാധ്യമങ്ങളിലൂടെ ആയിരുന്നു ആദ്യ എഴുത്തുകൾ അർഹിക്കാത്ത അത്ര പിന്തുണകളും ആവേശവും പകർന്ന ചില, ഇനി തൂലിക ചലിക്കരുതെന്ന് ഓർത്ത് വിമർശിച്ച മറ്റു ചിലർ. അവിടെയെല്ലാം എനിക്ക് തണലേക്കിയത് എന്റെ സ്വപ്നങ്ങളെ കുറിച്ചുള്ള പ്രണയമായിരുന്നു. ഒരു പ്രണയം വെന്തുരുകി നശിച്ചപ്പോൾ അതിന്റെ ചാരത്തിൽ നിന്നും തുടങ്ങിയതാണിത്.

കാലം കഴിയുംതോറും ചാരത്തിൽ നിന്നും ഉണർന്ന പ്രണയത്തോട് അളവറ്റ ആവേശം തോന്നി, അതിനെ കൂടുതൽ ചേർത്തുപിടിക്കുവാൻ ശ്രമിച്ചു. സ്വപ്നങ്ങൾക്ക് മേൽ സ്വപ്നം കാണുവാൻ പഠിച്ചു. യാത്രകൾ ഒറ്റക്കായിരിക്കണമെന്ന് പഠിച്ചു. പഠനം എന്നും തുടർന്നുകൊണ്ടിരിക്കുന്നു.

ജീവിതത്തിൽ ഒന്നു നിശ്ചലം ആകുമ്പോൾ നമുക്ക് ചുറ്റും ഒന്നും നോക്കണം ഉള്ളി ഒരു അഗ്നിയുള്ളപ്പോൾ അതിനെ അണച്ച് എനിക്ക് ഇരുട്ടാണെന്ന് പരിഭവം പറയുന്നവരാണ് നമുക്ക് ചുറ്റും ഏറെയും. ഇന്ന് അഭിമാനത്തോടെ പറയുന്നു ആ ഇരുളിന് തച്ചുടയ്ക്കുവാൻ കഴിഞ്ഞു. അഗ്നിയെ കൂടെ കൂട്ടി ചുറ്റുമുള്ളവർക്ക് ഒരല്പം വെളിച്ചം പകരുവാൻ കഴിയുന്നു.

കടിച്ചാൽ പൊട്ടാത്ത വാക്കുകൾ കൊണ്ട് അല്ലെങ്കിൽ മലയാള അക്ഷരമാലയിലെ വിസ്മയിപ്പിക്കുന്ന വാക്കുകൾ കൊണ്ട് എന്തുകൊണ്ട് എഴുതുന്നില്ല എന്നുള്ള ചോദ്യങ്ങൾ അഭിമുഖീകരിച്ചിട്ടുണ്ട്, അതിന് അന്നും ഇന്നും ഒരു മറുപടി ഉണ്ടായിട്ടുള്ളൂ വായനക്കാരിൽ ഏറെയും സാധാരണക്കാരാണ് ഞാനൊരു സാധാരണക്കാരനാണ് അസാധാരണമായ വാക്കുകൾ ചിലപ്പോൾ എല്ലാവർക്കും ഗ്രഹിക്കാൻ കഴിഞ്ഞു എന്ന് വരില്ല. എഴുതുന്നത് എഴുത്തുകാരന്റെ വികാരം ഒറ്റ വായനയിലൂടെ മനസ്സിലാക്കണമെന്ന് ആഗ്രഹിക്കുന്നു. അതാവും ഭാരമേറിയ വാക്കുകൾ കൂടുതലായി ഉപയോഗിച്ചിട്ടില്ല അതിനെന്നെ

പ്രേരിപ്പിച്ചിട്ടുമില്ല.

ഇത്രയും ചിന്തകൾ എങ്ങനെ ഈ ചെറു പ്രായത്തിൽ ഉണ്ടായിരുന്ന ചോദ്യം ഉയർന്നേക്കാം ഈ ചോദ്യം ഞാൻ എന്നിലെ എന്നോട് തന്നെ പലവട്ടം ചോദിച്ചിട്ടുള്ളതാണ്. പിന്നീടത് സ്വയം മനസ്സിലാക്കി നമുക്ക് ചുറ്റും ഒരുപാട് ജീവിതങ്ങളുണ്ട് അതിലേക്ക് എത്തിയില്ലെങ്കിലും നമ്മുടെ ജീവിതത്തിലെ ഓരോ നിമിഷങ്ങളും ഓരോ വ്യത്യസ്തമായ അനുഭവങ്ങളാണ് അതിൽ സന്തോഷം പകരുന്നതും, വിഷമം നൽകുന്നത് വിഡ്ഢിത്തരങ്ങളും മൂട്ടത്തരങ്ങൾ കൗതുകമേറിയതുമായ ഒരുപാട് കാര്യങ്ങൾ ഉണ്ട്. അതിലേക്ക് ഒന്ന് തിരിഞ്ഞു നോക്കിയാൽ എഴുതുവാൻ ഏറെയുണ്ട്. ഒന്നോർത്തെടുത്താൽ അതെല്ലാം പുത്തൻ അനുഭവങ്ങളായി മാറും.

ചിന്തായാനം ജീവിതത്തിലെ വലിയ ഒരു ആഗ്രഹമായിരുന്നു സ്വപ്നമായിരുന്നു അതിനപ്പുറം എന്റെ പ്രണയമായിരുന്നു. ആ പ്രണയത്തിലേക്ക് ഈ ചെറുപ്രായത്തിൽ തന്നെ എത്തിച്ചേരണമെന്ന് എന്റെ വാശിയായിരുന്നു. ഇത് എത്രമാത്രം വിജയമാകും എന്ന് എവിടേക്ക് എത്തുമെന്ന് എങ്ങനെയായി തീരുമെന്ന് യാതൊരു നിശ്ചയവ്യുമില്ല. അത് എങ്ങനെയൊക്കെ ആയാലും ഞാൻ അതിൽ സന്തുഷ്ടനാണ്. കാരണം എന്റെ പ്രണയം എന്റെ സ്വപ്നം എന്തായാലും ഒരു പുസ്തകമായി തീരണമെന്നാണ് ഞാൻ അതിലേക്ക് നടന്നു നീങ്ങി. ഇത് എത്രമാത്രം വിജയമാകും എന്നതിനെപ്പറ്റി ആകുലതയില്ല കാരണം ഇതിന്റെ വിജയം അല്ലായിരുന്നു എന്റെ സ്വപ്നം ഇതൊരു പുസ്തകമാക്കുക എന്നതായിരുന്നു. എന്നും വ്യത്യസ്തനായി നിൽക്കുവാൻ ആഗ്രഹിച്ചു അതിനു ശ്രമിച്ചു ചരിത്രത്താളുകളിൽ ഇടം നേടണമെന്ന് ആഗ്രഹിക്കുന്നു ആ സ്വപ്നത്തിലേക്കുള്ള ഒരു കാൽവെപ്പായി എന്റെ ചിന്താനത്തെ ഞാൻ കാണുന്നു. ഇതൊരു തുടക്കം മാത്രമായി കാണുന്നത്, കാരണം സ്വപ്നങ്ങളെ പ്രണയിക്കുന്നവനാണ് സ്വപ്നങ്ങൾ ഇവിടംകൊണ്ട് അവസാനിക്കുന്നില്ല തുടരും, ആകുവോളം അതിനുമപ്പുറം തുടരും.

ഗുരുമൊഴി

മനസ്സിൽ വാടകയ്ക്കു മാത്രം താമസിക്കാനെത്തി പുതിയ ഇടംതേടി യാത്ര തുടരുന്നവരല്ലേ ചിന്തകൾ. അറുപത്തിയെട്ടു താളുകളിൽ പല രുചികളുള്ള ഓരോ വിഭവമെന്ന പോലെ ചിന്തകളെ വിളമ്പുകയാണു ശ്രീ: **അപ്പു വാഴക്കുന്നം.** ഈ ചിന്തായനത്തിനെ വായിച്ചു നുണയുമ്പോൾ, വായിക്കുന്നയാളുടെ മനസ്സിലും ഇവർ വാടകയ്ക്കു വാസത്തിനെത്തിയതായി അനുഭവപ്പെട്ട് പക്ഷേ എല്ലാപേരുടേയും ചിന്തകൾക്കു വാക്കുകൾ ചിറകുകളാകണമെന്നില്ല,അപ്പുവിൻ്റെ തോന്നലുകളെ പറത്തിയെന്ന പോലെ. സ്വപ്നത്തിലേയ്ക്കുള്ള ദൂരം കുറയാൻ ചില ശീലങ്ങൾ മാറ്റേണ്ടതുണ്ടെന്നു അപ്പു കുറിച്ചിട്ടിരിക്കുന്നു. ഋതു ഭേദങ്ങൾ ഇനിയും അപ്പുവിൻ്റെ മനസ്സിൽ മാറിമാറി വരുന്ന ശീലങ്ങളാകട്ടെ. ഇനിയുള്ള യാത്രകളിൽ കാട്ടിലെ കല്ലിനെ മോഹിനിയാക്കുന്ന ചിന്തകളുണ്ടാകട്ടെ. വായനക്കാരും ചിറകേറട്ടെ.

ആശംസകൾ,

ശരച്ചന്ദ്രവർമ്മ,

വയലാർ.

മുഖവുര

എഴുത്തുകളുടെ ലോകത്ത് ഒരു ചെറു ചിത്രശലഭം പോലും ആവുമെന്നോ ആവണമെന്നോ നിനക്കാത്ത ഒരിടത്തു നിന്നും തുടക്കം. പിന്നെ പതിയെ പതിയെ ആ ലോകത്ത് ഒരംഗമായി മാറി. അവിടെ വേറിട്ട ചിന്തകളും അവതരണവും ഉള്ളിലെ വികാരവിചാരങ്ങൾ കുറിച്ചിടുവാൻ തുടങ്ങി.

എന്നും എല്ലാവരിൽ നിന്നും വ്യത്യസ്തനാവണം, എല്ലായിടത്തും വേറിട്ട് നിൽക്കണം എന്നത് ചെറുപ്പം മുതലുള്ള ആഗ്രഹമാണ്. പ്രവർത്തിക്കുന്ന മേഖലകളിലും വിദ്യാഭ്യാസ കാലഘട്ടത്തിലും ഇത് പ്രാവർത്തികമാക്കുവാൻ കഴിവിന്റെ പരമാവധി ശ്രമിച്ചിട്ടുണ്ട്. എന്നും സ്വപ്നങ്ങളെ സ്നേഹിക്കുന്ന നിരന്തരം സ്വപ്നങ്ങൾ കാണുന്ന ഒരു വ്യക്തിയാണ്, കേവലം സ്വപ്നത്തിൽ മാത്രം ഒതുങ്ങി കൂടാതെ സ്വപ്നങ്ങൾക്കും അപ്പുറം സ്വപ്നം കാണുകയാണ് പതിവ്. ചെറിയൊരു ഉദാഹരണം പറഞ്ഞാൽ ഈ പുസ്തകം എന്റെ ഒരു സ്വപ്നമായിരുന്നു. ഈ പുസ്തകം ഇറങ്ങിയ ശേഷമുള്ള ചില നടക്കാൻ ആഗ്രഹിക്കുന്ന സംഭവങ്ങൾ അതായിരുന്നു എന്റെ സ്വപ്നങ്ങളുടെ മേലുള്ള സ്വപ്നം.

ഒരു വലിയ എഴുത്തുകാരനായി തീരുമെന്നോ മറ്റും ബാല്യത്തിൽ ഒരിക്കലും നിനച്ചിട്ടില്ല. പിന്നീട് എപ്പോഴോ ജീവിതത്തിന്റെ ഭാഗമായി കയറിക്കൂടിയ ഒന്നാണ് എഴുത്തുകൾ. ഇന്ന് ജീവിതത്തിന്റെ അല്ലെങ്കിൽ ശരീരത്തിന്റെ ഒരു അവയവം എന്നപോലെ മാറിയിരിക്കുന്നു. കൗമാരപ്രായത്തിൽ ഉണ്ടായ ഒരു അനുഭവം അതാണ് എഴുത്തിന്റെ മഹാ ലോകത്തേക്ക് എന്നെ കൈപിടിച്ചു നടത്തിയത്. ചില കാര്യങ്ങൾ തച്ചുടയ്ക്കുവാനായിരുന്നു ചെറു ചിന്തകൾ എഴുതി തുടങ്ങിയത്. പിന്നീട് അത് ജീവിതത്തിന്റെ ഒരു ഭാഗമായി മാറി. കൗതുകത്തോടെയും അഭിമാനത്തോടെയും സ്നേഹത്തോടെയും പുച്ഛത്തോടെയും ഉള്ള ഒരുപാട് വാക്കുകളും ഈ എഴുത്തുകളിലൂടെ എന്നെ തേടി എത്തിയിട്ടുണ്ട്.

എഴുതുന്നതെല്ലാം അംഗീകാരത്തിന്റെ പാത്രമായി തീരണമെന്ന് ഒരിക്കലും ആഗ്രഹിച്ചിട്ടില്ല. പല എഴുത്തുകളും എന്നെ തന്നെ തൃപ്തിപ്പെടുത്തുവാനും എനിക്ക് സന്തോഷം പകരുവാനും ആയിരുന്നു. കുറച്ചു മനുഷ്യർ ഞാൻ സ്നേഹിക്കുന്നത് പോലെ തന്നെ എന്റെ എഴുത്തുകളെയും സ്നേഹിച്ചു തുടങ്ങി. അതും ഈ മേഖലയിൽ എന്റെ ഒരു വലിയ മുതൽക്കൂട്ടായിരുന്നു.

നവമാധ്യമങ്ങളിലൂടെ ആയിരുന്നു എഴുത്തുകളുടെ ലോകത്തേക്കുള്ള ആദ്യ ചുവടുവെപ്പ്. തുടക്കത്തിൽ പല രീതിയിൽ പലരും വിലയിരുത്തിയപ്പോൾ ആ വിലയിരുത്തലുകൾ പലതും എനിക്ക് അനുഭവങ്ങളായി മാറി. പിന്നീട് ആ വിലയിരുത്തലുകളിൽ നിന്ന് എഴുതുവാൻ പഠിച്ചു. ഇന്ന് ആരോടെങ്കിലും സംസാരിക്കുമ്പോൾ അല്ലെങ്കിൽ ചെറിയൊരു കൂട്ടത്തിന്റെ ഭാഗമാകുമ്പോൾ അവിടെനിന്നും എഴുതുവാൻ തക്ക ആശയങ്ങൾ തിരയുകയാണ് പ്രധാന വിനോദം. അതാവും ഇന്നോളം എഴുത്തിന് ഒരു ക്ഷാമവും വരാത്തതിന് പ്രധാന കാരണം.

പലരുടെയും കൗമാരത്തിൽ ഉണ്ടാകുന്ന അപ്രതീക്ഷിതമായ ചില സംഭവങ്ങൾ ജീവിതത്തെ മാറ്റിമറിച്ചിട്ടുണ്ട് ചിലരെ നിശ്ചലമാക്കിയിട്ടുണ്ട്. മറ്റു ചിലർ ജീവിതത്തോട് തന്നെ യാത്ര പറഞ്ഞു പോയിട്ടുമുണ്ട്. ഏവരിൽ നിന്നും വ്യത്യസ്തമായി ഒരൊറ്റപ്പെടൽ എനിക്ക് മറ്റൊരു സുഹൃത്തിനെ സമ്മാനിച്ചു. എന്റെ എഴുത്തുകൾ ഒറ്റയ്ക്കാക്കി പോവില്ല എന്നാണ് വിശ്വാസം.

സമകാലീന കാര്യങ്ങളിലുള്ള എന്റെ അഭിപ്രായങ്ങൾ ആശയങ്ങൾ, പ്രതിഷേധങ്ങൾ ജീവിതത്തിൽ കണ്ടതും കേട്ടതും അനുഭവിച്ചതുമായ കാര്യങ്ങൾ, ചെറു ചിന്തകളിൽ കുത്തിക്കുറിക്കുവാനാണ് എപ്പോഴും ശ്രമിക്കുന്നത്. ഇനിയുമുണ്ട് സ്വപ്നങ്ങൾ ഏറെയും. അതിന്റെ ആദ്യ ചവിട്ടുപടിയായി മാത്രമേ ഈ പുസ്തകത്തെ കാണുന്നുള്ളൂ. ഈ പുസ്തകം നിങ്ങളുടെ കരങ്ങളിൽ എത്തുമ്പോൾ അല്ലെങ്കിൽ വായിക്കുമ്പോൾ ഞാൻ അടുത്ത ചുവടുവെക്കുവാനുള്ള തയ്യാറെടുപ്പിലായിരിക്കും. കാരണം എന്നും മുൻപോട്ട് നയിക്കുന്നത് സ്വപ്നങ്ങളാണ്. ജ്വലിക്കുന്ന ഒരു ലക്ഷം ആശയങ്ങൾ മുൻപിൽ ഉണ്ടെങ്കിൽ സ്വപ്നങ്ങളിലേക്കുള്ള വേഗത എന്നും വിജയം

തന്നെയായിരിക്കും, എവിടെയെങ്കിലും ഒന്ന് പിഴച്ചാൽ ഒന്നു തളർന്നുപോയാൽ ജ്വലിക്കുന്ന ലക്ഷ്യം മുൻപിൽ തിരി തെളിക്കും. സ്വപ്നങ്ങളിലേക്കുള്ള യാത്ര തുടരും.

ആശംസ

എഴുത്തിനെ സ്നേഹിക്കുന്ന എന്റെ പ്രിയപ്പെട്ട സുഹൃത്തിനു..
എഴുത്തിനോടുള്ള സ്നേഹത്തേക്കാൾ ഉപരി, വ്യക്തവും ഒഴുക്കുള്ളതുമായ നിന്റെ ചിന്തകളെ ആണ് ഞാൻ കണ്ടത് . അത് ഇനിയും സ്ഫടിക തുല്യമാകട്ടെ.. തെളിമ ഉള്ളതാകട്ടെ. ചിന്തകൾക്ക് ഒരു ഉണർവ്വാകട്ടെ. ഒരു ചെറിയ മഴത്തുള്ളി മതി, ഒരു പുൽനാമ്പിനെ പരിപോഷിപ്പിക്കുവാൻ. പുലരിയിലെ ചെറിയ സൂര്യകിരണങ്ങൾ മതി ഒരു പൂവിനു ചിരിക്കുവാൻ. അത് പോലെ, ദിവസേനയുള്ള നിന്റെ ആഴമേറിയ ചിന്തകൾ മതി ദിനങ്ങൾ എന്നും മനോഹരമാക്കാൻ, അർത്ഥമുള്ളതാക്കാൻ. തുടരുക നിന്റെ ഒരിക്കലും തീരാത്ത സ്വപ്നത്തിലേക്കുള്ള യാത്ര.

ആൻ മേരി ജേക്കബ് (AMJ)

1

500 ചിന്തകൾ

1. പരാജയങ്ങളെ കാരണങ്ങൾക്കൊണ്ട് അലങ്കരിച്ചാൽ; കാരണങ്ങൾ തേടുക മാത്രമാവും ജീവിതം.

2. ജീവിതത്തിന്റെ ത്രാസിൽ എല്ലാവരെയും ഒരുപോലെ കാണുമ്പോഴാണ് നഷ്ടങ്ങളുടെ ത്രാസുയുരുന്നത്.

3. മനസ്സിലെ കപടത മറച്ചവൻ 'ചിരി' ചിരിയിലെ കപടത മറയ്ക്കുന്നവൻ 'മാസ്ക്'.

4. കാണുവാൻപോലും കഴിയാത്ത ഒരു വൈറസിന് ഒരു ജനതയെ മുഴുവൻ മാറ്റുവാൻ കഴിഞ്ഞു, പിന്നല്ലേ കൂടെ നടന്നവരിൽ; ഉണ്ടായ മാറ്റങ്ങൾ.

5. മറക്കാൻ ആഗ്രഹിക്കുന്ന ഓർമ്മകൾ നൽകുന്ന കരുത്തിനും അപ്പുറം എന്തുണ്ട് ഭൂമിയിൽ.

6.വിവേകപൂർവ്വമായ ചില തീരുമാനങ്ങൾ ചില ബന്ധങ്ങൾ കളങ്കപ്പെടുത്തിയേക്കാം; എന്നാൽ ആ ബന്ധങ്ങൾക്ക് നഷ്ടങ്ങളുടെ പട്ടികയിൽപോലും ഇടമുണ്ടാവില്ല.

7. വലിയ കാര്യങ്ങൾ ചെയ്യുവാൻ നൂറാളുകളുണ്ടാവാം.. ചെറിയ കാര്യങ്ങൾ കണ്ടെത്തിച്ചെയ്യുന്നവർ വിരളമായിരിക്കാം.എന്നാൽ

അവരും നായകന്മാരാണ്; അവരുടെ ലോകത്ത് എന്ന് മാത്രം.

8. ചില ശീലങ്ങൾ മാറ്റേണ്ടതാണ്, അവ കണ്ടെത്തിയാൽ സ്വപ്നങ്ങളിലേക്കുള്ള ദൂരം കുറഞ്ഞു തുടങ്ങും.

9.നമ്മിലെ നമ്മെ തിരിച്ചറിയുന്നവർ; നമ്മിലെ കഴിവുകളെ പുറത്തെടുക്കുന്നവർ; 'അധ്യാപകർ'

10. ചിന്താകുലത നമ്മുടെ മുഖകാന്തി നഷ്ടമാക്കുന്നു.

11. ആപത്ത് കാലത്ത് യഥാർത്ഥ മിത്രത്തെ തിരിച്ചറിയാം. ആ തിരിച്ചറിവ് നമ്മെ ഒരുപാട് ചിന്തിപ്പിക്കും.

12. നമ്മുടെ സന്തോഷം ദൈനംദിന വരണസ്വാതന്ത്ര്യം, അസാധ്യമായ സ്വപ്നമല്ല.

13. ജയിച്ചവനു വേണ്ടി പാടുവാൻ നൂറു നാവുകൾ ഉണ്ടാകും എന്നാൽ; തോറ്റവന്റെ കഥ കേൾക്കുവാൻ ആരുമുണ്ടാവില്ല.

14. മറ്റുള്ളവരിൽ ഉണ്ടായ മാറ്റങ്ങൾ ആരായുന്നതിനുമുമ്പ്; നാം നമ്മളിൽ ഉണ്ടായ മാറ്റങ്ങൾ കണ്ടെത്തണം, ആ മാറ്റങ്ങൾ ആയിരിക്കാം മറ്റുള്ളവരെയും മാറ്റിയത്.

15.മടിയെ മറക്കുവാനുള്ള കാരണങ്ങൾ തേടുന്നതിലും ഏറെ എളുപ്പം ദൗത്യം നിറവേറ്റുക എന്നതാണ്.

16. നാം നമ്മെ നിയന്ത്രിച്ചാൽ തീരാവുന്ന പ്രശ്നങ്ങളേ; ഉള്ളൂ എവിടെയും!!!

17. നഷ്ടങ്ങളെ പ്രണയിക്കുന്നവരുടെ സ്വപ്നങ്ങൾ ഇരുളിൽ മറഞ്ഞിരിക്കുന്നു.

18. ജീവിതത്തിലെ ഏറ്റവും കഠിനമായ പരീക്ഷണങ്ങളിൽ ഒന്നാണ്

ദുഃഖം അതിൽ നിന്നും കരകയറിയവർ മാത്രമേ ജീവിതത്തിൽ വിജയിച്ചിട്ടുള്ളു.

19. ആശയം പ്രകടിപ്പിക്കുക; മതിപ്പ് തോന്നിപ്പിക്കാൻ ആവരുത്.

20. മറ്റുള്ളവരിൽ നിന്ന് വ്യത്യസ്തമായി ചിന്തിക്കുന്നവർ ആയിരിക്കും കൂടുതൽ വിമർശനങ്ങൾ ഏറ്റു വാങ്ങുന്നത്.

21.നമ്മൾ   സ്നേഹിക്കുന്നവർ   നമ്മുക്ക്   നൽകുന്ന അഭിനന്ദനങ്ങൾക്കും അപ്പുറം എന്നുണ്ട് ജീവിതത്തിൽ!

22. നമുക്കുവേണ്ടി ശബ്ദമുയർത്തുവാൻ, നമ്മുടെ ശബ്ദമായി മാറാൻ മറ്റൊരാളുണ്ടെങ്കിൽ നമ്മൾ സമ്പന്നരാണ്..

23. ആളെ കൂട്ടാൻ എളുപ്പമാണ്; പക്ഷേ കൂടെ നിർത്താൻ കുറച്ചുപാടാണ്.

24. നമ്മൾ ചെയ്തു നൽകുമെന്നുള്ള ഒരു വിശ്വാസം ഉള്ളതുകൊണ്ടാണ് മറ്റുള്ളവർ നമ്മളോട് സഹായം തേടുന്നത്, അവർക്കായി അത് ചെയ്യുകയെന്നതാണ് നമ്മുടെ കടമയും...

25. നിയന്ത്രണങ്ങൾ നമുക്കുവേണ്ടി ഉള്ളതാണ്, എന്ന് ഉള്ള തിരിച്ചറിവിൽ അവസാനിക്കും നമ്മുടെ ആശങ്കകൾ.

26. ചിലപ്പോൾ നമ്മുടെ മനസ്സ് ശൂന്യമായിരിക്കും, എന്നാൽ ആ ശൂന്യത ആയിരിക്കും നമ്മെ പുതിയ തുടക്കങ്ങളിലേക്ക് നയിക്കുന്നത്.

27. നല്ല സൗഹൃദങ്ങൾ നിങ്ങൾക്കുണ്ടെങ്കിൽ നിങ്ങൾ സമ്പന്നരാണ്.

28. നമുക്കുള്ള അവസരങ്ങൾ നമുക്കുചുറ്റുമുണ്ട്; അവ നമ്മെ തേടിവരില്ല, നാം തേടിയിറങ്ങണം.

29. ആരിൽനിന്നും ഒന്നും പ്രതീക്ഷിക്കരുത്.നമ്മൾ ചെയ്യുന്നത്

ശരിയെന്ന ബോധ്യം നമുക്കുണ്ടെങ്കിൽ, കൂടെ നിൽക്കാൻ ഒരാളെങ്കിലുമുണ്ടെങ്കിൽ മുമ്പോട്ടുതന്നെ പോകണം.

30. അലസത ഒന്നുകൊണ്ട് മാത്രം നമ്മുടെ ജീവിതത്തിൽ ഒരുപാട് നഷ്ടങ്ങളും നിരാശകളുമുണ്ടാവും..

31. ഇന്ന് അവർ നിങ്ങളെ ഭ്രാന്തൻ എന്ന് വിളിക്കും. നാളെ അവർ നിങ്ങളെ ബഹുമാനിക്കും; സ്വപ്നം കാണുക, അതിനായി പൊരുതുക.

32. ഒരിക്കൽ നിങ്ങൾ ഒഴിവാക്കപ്പെട്ടതായി തോന്നിയാൽ, പിന്നെ അവരെ ഒരിക്കലും അസഹ്യപ്പെടുത്തരുത്.

33. നിങ്ങളെ വിലമതിക്കുന്നവർക്കായി സമയം ചെലവഴിക്കുക, അവിടെയാണ് സന്തോഷം ഉടലെടുക്കുന്നത്.

34. നിങ്ങൾ എല്ലായ്പ്പോഴും ശരി ആയിരിക്കണമെന്നില്ല; പക്ഷേ നിങ്ങൾ എല്ലായ്പ്പോഴും നിങ്ങൾ തന്നെ ആയിരിക്കുക.

35. ഒരു കാര്യം അവസാനിപ്പിക്കാൻ എളുപ്പമാണ് എന്നാൽ അവസാനിപ്പിച്ചത് പിന്നീട് ആരംഭിക്കുവാൻ വലിയ ബുദ്ധിമുട്ട് ആണ്.

36. നാം സ്നേഹിക്കുന്ന, നമ്മെ സ്നേഹിക്കുന്നവർ നമ്മുടെ കൂടെയുണ്ടെങ്കിൽ എന്നും ആഘോഷങ്ങളാണ്...

37. നമ്മുടെ തീരുമാനങ്ങളാണ് നമ്മെ നാമാക്കുന്നത്; വ്യത്യസ്തനാക്കുന്നത്

38. ചിരിച്ചു കളിച്ചു നടക്കാൻ എളുപ്പമാണ് എന്നാൽ; എല്ലാവരെയും തൃപ്തിപ്പെടുത്തി ഉള്ള ഒരു ജീവിതം പ്രയാസമാണ്.

39. നല്ല ഓർമ്മകൾ സൃഷ്ടിക്കാനുള്ള ആവേശം ആവണം ജീവിതം

40. അന്ധമായി ആരെയും ഒന്നിനെയും വിശ്വസിക്കരുത്; കാരണം

മറ്റുള്ളവരുടെ കാഴ്ചയും കാഴ്ചപ്പാടുകളും മുൻകൂട്ടി അളക്കുവാൻ കഴിയില്ല.

41. ഒരു ചിരി കൊണ്ട് അവസാനിപ്പിക്കാൻ കഴിയുന്ന പിണക്കങ്ങൾ ആവും ഏറെയും!

42. വിമർശനങ്ങൾ നൽകുന്ന കരുത്ത് അത് വർണ്ണനാതീതം ആയിരിക്കും.

43. നല്ല സൗഹൃദങ്ങൾ കടൽ പോലെയാണ് വേലിയേറ്റവും ഇറക്കവും ഉണ്ടായാലും അതെന്നും അവിടെ തന്നെ കാണും.

44. പ്രതീക്ഷകൾക്ക് അതിർവരമ്പുകൾ വെക്കരുത് എന്നും പ്രതീക്ഷകളാണ് മുൻപോട്ടു നയിക്കുന്നത്.

45. ഒരു തുറന്ന് പറച്ചിലിൽ എല്ലാം അവസാനിക്കും എന്നിരിക്കെ. ഒരു ഏറ്റു പറച്ചിലിന് ഒരിക്കലും അവസരം ഉണ്ടാക്കരുത്.

46. #Challenge.
തളർത്തിയവരുടെ മുന്നിൽ കളിയാക്കിയവർക്ക് മുന്നിൽ അവരോട് ആവണം Challenge... അത് ലക്ഷ്യത്തിലേക്കുള്ള വേഗത കൂട്ടും!

47. കഠിന സമയങ്ങൾ എപ്പോഴും നല്ല ചങ്ങാതികളെ വെളിപ്പെടുത്തും.

48. നമുക്കുചുറ്റുമുള്ള സൗന്ദര്യം; ആസ്വദിക്കുമ്പോൾ തന്നെ നമ്മുടെ മുഖത്തെ ചിരിയുടെ ശോഭയേറും.

49. മറ്റുള്ളവരുടെ ഹൃദയത്തിൽ ജീവിക്കാൻ കഴിയണം സംഗീതം പോലെ!

50. അവസരങ്ങൾ എപ്പോഴും തേടി വരണമെന്നില്ല, എന്നാൽ തേടിയെത്തുന്നതിനെ മടി മൂലം നഷ്ടപ്പെടുത്തരുത്.

51. പ്രതിസന്ധികളിൽ പകച്ചു നിന്നിട്ട് കാര്യമില്ല, അവയെ കൂട്ടു പിടിക്കണം അവ നൽകുന്നത്ര അനുഭവങ്ങളും പാഠങ്ങളും മറ്റ് എവിടെ നിന്നും ലഭിക്കില്ല.

52. നമ്മെ മനസ്സിലാകാത്തവർക്ക് നമ്മുടെ വിഷമങ്ങളും സന്തോഷവും എല്ലാം വെറും കഥകൾ മാത്രമായിരിക്കും.

53. നല്ല കാര്യങ്ങൾ കാണുമ്പോൾ അതിനെ അഭിനന്ദിക്കുവാനും, തെറ്റുകൾ കാണുമ്പോൾ അതിനെ ചൂണ്ടിക്കാണിക്കുവാനും സാധിക്കുമെങ്കിൽ നിങ്ങളെ മറ്റുള്ളവർക്ക് മാതൃകയാക്കാം.

54. ലോകത്തിലെ ഏറ്റവും സുന്ദരമായ ചിരി, വറ്റാത്ത അനുഭവങ്ങൾ, ഹൃദയത്തെ സ്പർശിക്കുന്ന വാത്സല്യം ഇവ ലഭിക്കുന്ന ഒരേ ഒരിടം.

55. എല്ലാവർക്കും നമ്മൾ ഒരു പോലെ ആവണമെന്നില്ല എന്നാൽ എല്ലായിടത്തും നമ്മൾ നമ്മളായി തന്നെ ആയിരിക്കുക!

56. ജീവിതത്തിൽ ഏറ്റവും ആവശ്യമുള്ളതും, എന്നാൽ അനാവശ്യമായി പാഴാക്കുന്ന ഒന്നാണ് സമയം. മടിയാവും മൂലകാരണം!

57. നിങ്ങളുടെ ജീവിത യാത്രയിൽ നിങ്ങളെ കൈപിടിച്ചു നടത്തിയവരെ ഒരുനാളും മറക്കരുത്.

58. നമ്മളെ ഇല്ലാതാക്കുന്നത് നാം തന്നെയാണ്! ഒരുപാട് കാര്യങ്ങൾ ചെയ്യാനുണ്ട് പ്രവർത്തിക്കാനുണ്ട് എന്നാൽ അത് പലപ്പോഴും പുറത്തു കാണാറില്ല എന്നതാണ് സത്യം.

59. ഒന്നും പ്രതീക്ഷിക്കാതെ കൂടെ നിൽക്കുന്നവർ ഇന്ന് വിരളമാണ് അവരെ ഒരിക്കലും മറക്കരുത്.

60. പ്രതീക്ഷകൾ വേണം, എന്നാൽ മറ്റുള്ളവരിൽ മാത്രം പ്രതീക്ഷയർപ്പിച്ച് ജീവിതത്തിന്റെ കരുക്കൾ നീക്കരുത്.

61. നമ്മുടെ ജയപരാജയങ്ങൾ നിശ്ചയിക്കുന്നത് നാം തന്നെയാണ് അല്ലാതെ സാഹചര്യങ്ങൾ അല്ല!

62. നമ്മുടെ ജീവിതത്തിലെ ഓരോ ചെറിയ കാര്യങ്ങളും ഒരു അവിസ്മരണീയ സംഭവമാക്കി മാറ്റേണ്ടതും, മധുരം പകരുന്ന ഓർമ്മകൾ ആകേണ്ടതും നാം തന്നെയാണ്.

63. നമ്മുടെ അവസരങ്ങൾ നമ്മൾ സൃഷ്ടിക്കുന്നത് ആവണം.

64. ചരിത്രത്താളുകളിൽ ഇടം നേടാൻ ആവണം നമ്മുടെ പോരാട്ടം. സ്വപ്നങ്ങളിലേക്ക് തനിയെ എത്തിക്കോളും!

65. അപ്രതീക്ഷിത ഇടങ്ങളിൽ നിന്നും പിന്തുണകൾ ലഭിച്ചു

തുടങ്ങിയാൽ നിങ്ങൾ ശരിയാണ്.

66. ഉയരങ്ങൾ സ്വപ്നം കാണുന്നവർക്ക് വിമർശനങ്ങൾ എന്നും കൂടെയുണ്ടാവും, എന്നാൽ നേട്ടങ്ങൾ കൊണ്ടാവണം മറുപടി.

67. നിങ്ങളുടെ ജീവിതം സാധാരണ നിലയിൽ ആസ്വദിക്കാൻ തുടങ്ങുമ്പോൾ നിങ്ങൾ പ്രബുദ്ധതയിലേക്ക് അടുക്കുന്നു.

68. ഏകാന്തതയുടെ സൗന്ദര്യം ആസ്വദിച്ചു തുടങ്ങിയാൽ മനസ്സിന്റെ ശോഭയേറും.

69. ബ്രഹ്മാണ്ഡത്തിലെ സകലവും നശ്വരമാണ്.

70. നമ്മുടെ ജീവിതത്തിലെ ശുഭകരവും അശുഭകരമായ കാര്യങ്ങൾ തീരുമാനിക്കുന്നത് നാം തന്നെയാണ്.

71. എല്ലാവരും ചിന്തിക്കുന്ന പോലെ ചിന്തിക്കുകയും പ്രവർത്തിക്കുകയും ചെയ്താൽ നിങ്ങളും ഒരു സാധാരണക്കാരൻ മാത്രമായി ഒതുങ്ങേണ്ടി വരും!

72. ഭൂതകാലം നിങ്ങൾക്ക് ഒരു താദാത്മ്യം നൽകുന്നു, ഭാവി രക്ഷയുടെ വാഗ്ദാനം നൽകുന്നു, എന്നാൽ ഇവ രണ്ടും മിഥ്യാധാരണകളാണ്!!!

73. നമ്മുടെ ജീവിതത്തിലെ കഴിവുകളും കുറവുകളും അളക്കാൻ നമ്മളെക്കാൾ കഴിവുള്ള മറ്റാരും ഉണ്ടാവില്ല.

74. അവസരങ്ങൾ അങ്ങനെയാണ് നിനച്ചിരിക്കാത്ത നേരത്ത് ആയിരിക്കും തേടിയെത്തുന്നത് അവയോട് പൊരുതിയ വർ മാത്രമേ ജീവിതത്തിൽ വിജയിച്ചിട്ടുള്ളൂ.

75. ചതിക്കപ്പെട്ടവർ കൂടെയുണ്ടെങ്കിൽ അവരെ നിങ്ങൾക്ക് വിശ്വസിക്കാം കാരണം; അതിന്റെ വേദന അനുഭവിച്ചവർ ഒരിക്കലും നിങ്ങളെ ചതിക്കില്ല.

76. നിന്നിലെ നിന്നെ തിരിച്ചറിയാതെ എവിടെയും ആരും എത്തില്ല നമ്മുടെ ജീവിതം മറ്റുള്ളവർക്ക് മാതൃക ആയാൽ അത് നമ്മുടെ ജീവിത വിജയമാണ്.

77. പ്രതീക്ഷകൾ ഒരിക്കലും അവസാനിപ്പിക്കരുത്; പ്രതീക്ഷകളാണ് മുന്നോട്ടുനയിക്കുന്നത് കരുത്താവുന്നത്.

78. ചില ബന്ധങ്ങൾ അങ്ങനെയാണ് എന്തെങ്കിലും ഒരു ലക്ഷ്യത്തിന്റെ അടിസ്ഥാനത്തിലാവും കൂടിച്ചേരുന്നത് പിന്നീട് അത് മറ്റാരെക്കാളും അടുത്തറിയുന്ന സൗഹൃദങ്ങളായി മാറും.

79. നമ്മുടെ ലക്ഷ്യം ആയിരിക്കണം ഏറ്റവും വലിയ ആവേശം.

80. ഉപദേശിക്കാൻ ആർക്കും കഴിയും മുമ്പോട്ടുള്ള വഴിയിൽ കൂടെ നിൽക്കുവാൻ എല്ലാവർക്കും കഴിയണമെന്നില്ല

81. എല്ലാവരെയും തൃപ്തിപ്പെടുത്തി ഉള്ള ഒരു ജീവിതം സ്വപ്നങ്ങളിൽ മാത്രം; നമ്മെ മനസ്സിലാക്കുന്നവർ മനസ്സിലാക്കട്ടെ.

82. ആശയങ്ങളുടെ കലവറകളെ ആവും സമൂഹം ഏറ്റവും കൂടുതൽ വേട്ടയാടുന്നത്.

83. അകലം കൂടുംതോറും ആഗ്രഹം ഏറുന്നുണ്ടാകിൽ അത് തന്നെയായിരിക്കും നിങ്ങളുടെ ജീവിതലക്ഷ്യം.

84. ആരവ കോലാഹലങ്ങൾ തേടി അലയുമ്പോൾ ലക്ഷ്യങ്ങൾ വിദൂരത്തു മറന്നു തുടങ്ങും.

85. ലോകത്തെ നിങ്ങൾക്ക് നിയന്ത്രിക്കാൻ കഴിയണമെന്നില്ല എന്നാൽ നിങ്ങൾക്ക് നിങ്ങളെ നിയന്ത്രിക്കാൻ കഴിയും.

86. മുൻപോട്ടുള്ള നീക്കങ്ങൾ ദൃഢമായിരിക്കണം ശക്തമായിരിക്കണം.

87. ചില മണ്ടത്തരങ്ങൾ ആവും ജീവിതത്തിലെ ഏറ്റവും വലിയ വഴിത്തിരിവുകളിലേക്കും, മാറ്റങ്ങളിലേക്കും എത്തിക്കുന്നത്.

88. നിങ്ങളെ ആരെങ്കിലും ഒറ്റപ്പെടുത്തുന്നു എന്ന തോന്നൽ ഉണ്ടായാൽ; അതാണ് നിങ്ങളുടെ ജീവിതത്തിന്റെ ഉയർത്തെഴുന്നേൽപ്പിന് ഉള്ള ഏറ്റവും നല്ല സമയം.

89. ചില സാഹചര്യങ്ങളിലെ കാട് കേറിയുള്ള ചിന്തകൾ ബന്ധങ്ങൾക്ക് വിള്ളൽ സൃഷ്ടിച്ചേക്കാം.

90. നല്ല നല്ല ഓർമ്മകൾ സൃഷ്ടിക്കപ്പെടുന്നത് ആവണം, ഓരോ ആഘോഷങ്ങളും.

91. ഏകാന്തത രൂപാന്തരത്തിലേക്കുള്ള വഴികാട്ടിയാണ്.

92. അസന്തുഷ്ടിയുടെ ഏറ്റവും വലിയ കാരണം അമിതമായ ചിന്തയാണ്.

93. പാടേണ്ട സമയത്ത് പാടിയാലെ പാട്ടിന് ഇമ്പം ഉള്ളൂ, നേരം തെറ്റിയാലോ അർത്ഥശൂന്യം.

94. ദുരന്തങ്ങൾക്കു മേലുള്ള ആഘോഷമാണ് ഇന്ന് വിരലുകൾക്ക് ഇഷ്ടം

95. പുതുമകൾ തേടണം,ബന്ധങ്ങൾ പുതുക്കണം, നല്ല ഓർമ്മകൾ സൃഷ്ടിക്കണം.

96. നിങ്ങളുടെ മനഃസാക്ഷിയുടെ തൃപ്തിക്ക് വേണ്ടിയാവണം നിങ്ങളുടെ പോരാട്ടം.

97. തെറ്റുകൾ ചൂണ്ടി കാട്ടുവാനും, ചൂണ്ടി കാണിക്കപ്പെട്ട തെറ്റ് തിരുത്തുവാനും മടി കാണിക്കേണ്ട. രണ്ടും ജീവിതത്തിന്റെ

പ്രകാശത്തിനു കാരണമാവുകെയുള്ളൂ.

98. അവസാനം ഒറ്റയ്ക്കാണ് എന്ന തിരിച്ചറിവുണ്ടായാൽ ജീവിതത്തിൽ ഒറ്റപ്പെടലുകൾ എല്ലാം ഒരു അനുഭവങ്ങൾ മാത്രമാവും.

99. നമ്മുടെ ഉള്ളിലെ അസുരനെ തിരിച്ചറിയുമ്പോൾ യാത്രയുടെ വേഗം തനിയെ കൂടും.

100. ഇല്ലായ്മകളിൽ പുഞ്ചിരിച്ചവരാകും; പിന്നീട് ചരിത്രത്താളുകളിലെ ലിപികളായത്.

101. ഒന്നും പ്രതീക്ഷിക്കാതെ മറ്റുള്ളവരെ സ്നേഹിച്ചവരും കൂടെ നിന്നവരും ഒരിക്കലും തളരില്ല, കാരണം അപ്രതീക്ഷിതമായ ഇടപെടലുകൾ അപ്രതീക്ഷിതസമയത്ത് കാലം അവർക്ക് ഒരുക്കിവെക്കും.

102. ഓർമ്മകളെ സമ്പാദ്യമാക്കാൻ കഴിയണം, തനിച്ചിരിക്കുന്ന

നേരത്ത് ചിലവാക്കാൻ കഴിയുന്ന സമ്പാദ്യങ്ങൾ.

103. മറ്റുള്ളവരുടെ സന്തോഷത്തിൽ ആത്മാർത്ഥമായി പുഞ്ചിരിക്കാൻ കഴിയണം, അതാവും നിങ്ങൾ അവർക്ക് നല്കുന്ന ഏറ്റവും വലിയ സമ്മാനം.

104. അനുരഞ്ജനം ഒരു നല്ല സുഹൃത്ത് ആയിരിക്കണം, എല്ലാവരെയും ഒരുമിപ്പിച്ചു നിർത്തുന്ന സുഹൃത്ത്.

105. നിങ്ങളുടെ ചെറിയ ഇടപെടലുകൾക്ക് ലോകത്തെ ആകമാനം മാറ്റിമറിക്കാൻ സാധിച്ചില്ല എന്നിരിക്കാം,എന്നാൽ ഒരാളുടെയെങ്കിലും ലോകത്തെ അത് മാറ്റിമറിച്ചേക്കാം. നിങ്ങൾ ഒരാളുടെയെങ്കിലും ദൈവമായി മാറിയേക്കാം.

106. ചില മാറ്റങ്ങൾ അനിവാര്യമാണ് ജീവിതത്തിൽ.ഒന്നും ശാശ്വതമല്ല എന്ന് തെളിയിക്കുന്നതാണ് മാറ്റങ്ങൾ. ശാശ്വതമായത് ഒന്ന് മാത്രം ചെയ്ത നന്മകൾ, ചെയ്ത സേവനങ്ങൾ.

107. നമ്മുടെ ജീവന്റെ സുരക്ഷയ്ക്കായി തങ്ങളുടെ ജീവിതം മാറ്റി വെയ്ക്കുന്നവരാണ് യഥാർത്ഥ പോരാളികൾ.

108. എല്ലാം നേടിയതിനു ശേഷമുള്ള സന്തോഷങ്ങൾ ഒരുപക്ഷേ ശൂന്യതയിൽ ആയിരിക്കും, നിങ്ങളുടെ സന്തോഷം നിങ്ങൾ സൃഷ്ടിക്കുന്നതാണ്

109. ചില കാര്യങ്ങൾ അങ്ങനെയാണ് ശുഭപര്യവസാനത്തിനായി കാത്തിരികേണ്ടതുണ്ട്. കാത്തിരിപ്പിന്റെ ദൈർഘ്യം ഏറും തോറും വിജയത്തിന്റെ സ്വാദും കൂടും.

110. നമ്മെ മനസ്സിലാക്കുന്നവരെ കൂടെ കിട്ടാനാണ് ജീവിതയാത്രയിൽ വലിയ ബുദ്ധിമുട്ട്.

111. സാഹചര്യങ്ങൾ മനസ്സിലാക്കി പ്രവർത്തിക്കുമ്പോൾ ബന്ധങ്ങൾ എന്നും ദൃഢമായി നിൽക്കും

112. ചരിത്രങ്ങൾ തിരുത്തപ്പെടേണ്ടതാണ്. അതിനുള്ള ഏക മാർഗം കഠിനാധ്വാനമാണ്.

113. നിങ്ങളെ വിവരിക്കപ്പെടുന്നത് പ്രതിസന്ധികളെ നിങ്ങൾ എങ്ങനെ അഭിമുഖീകരിച്ചു എന്നതിനെ ആശ്രയിച്ചാണ്. നിങ്ങളുടെ ഉള്ളിലെ തീ നിങ്ങളുടെ പ്രവർത്തനങ്ങൾ ആയി മാറട്ടെ.

114. സ്ഥിരതയാർന്ന പരിശ്രമം നടത്തിയവർ പരാജയപ്പെട്ട ചരിത്രമില്ല.ധൈര്യമായി ശ്രമം തുടർന്നുകൊള്ളൂ. ഇന്നല്ലെങ്കിൽ നാളെ നിന്റെ ദിവസമാണ്.

115. മറവികളിൽ പലതും അഭിനയങ്ങൾ മാത്രമാണ്.

116. നീറുന്ന മിഴിയിലും ചിരിക്കുന്നവർ, തളരുകയില്ല തകരില്ല.

117. ജീവിതം ഒരു അഭിനയം ആക്കരുത്, അത് ചിലപ്പോൾ മറ്റുള്ളവർക്ക് കദന കഥയാവും സമ്മാനിക്കുന്നത്.

118. നാവു ശബ്ദമുയർത്തേണ്ടതിനാണ്, അതിന് കഴിഞ്ഞില്ലെങ്കിൽ നാവ് അത് അവയവങ്ങളിൽ ഒന്ന് മാത്രമാവും.

119. ആശ്വസിപ്പിക്കാൻ വാക്കുകൾക്ക് കഴിയുമെങ്കിൽ; അതിലുമെത്രയോ എളുപ്പമാണ് വേദനിപ്പിക്കാൻ, കൂടെയുണ്ടെന്ന് ഉള്ള വാക്കിലൂടെ, സ്നേഹാഭിനയിക്കുന്നതിലൂടെ.

120. വിശ്വാസമാണ് മുന്നോട്ടുനയിക്കുന്നത്.

121. ലക്ഷ്യം ദൃഢം ആണെങ്കിൽ; പ്രതിസന്ധികൾ എന്നും ഒരു മുതൽക്കൂട്ടാവും.

122. കഴിവില്ല കഴിയില്ല എന്ന് പറയുന്നവർ എന്നും ഒരു മൂലക്ക് ഒതുങ്ങേണ്ടവരായിരിക്കും.

123. ഒതുങ്ങികൂടണമോ അതോ പറന്നുയരണമോ എന്ന തീരുമാനം; നമ്മുടെ മാത്രമാണ്.

124. നിങ്ങളുടെ കുറവുകളെ തിരിച്ചറിയുന്നവർ, കൂടെയുണ്ടെങ്കിൽ വിജയം ഉറപ്പായിരിക്കും.

125. നിങ്ങൾ ചെയ്യുന്ന എല്ലാം ചരിത്രമാണ്, ആ ചരിത്രത്തിന്റെ ശോഭയേറുവാൻ പ്രവർത്തിക്കുക.

126. കുറവുകൾ ഉള്ളവരോട് സംസാരിക്കണം, അപ്പോൾ മനസ്സിലാകും നിങ്ങൾ ആരാണെന്ന് നിങ്ങൾ എന്താണെന്ന്.

127. ഓരോ മനുഷ്യരും ഓരോ പാഠങ്ങളാണ്; ചിലർ എങ്ങനെയാവണം എന്ന് പറഞ്ഞു തരുന്നു, മറ്റു ചിലർ എങ്ങനെ ആവരുത് എന്നും.

128. നല്ലതിനെ സ്വീകരിക്കാനും, തെറ്റുകളെ എതിർക്കുവാൻ കഴിയണം.

129. എല്ലാവരെയും ഒന്നായി കാണുന്നവർ ആവും, ജീവിതത്തിൽ ഏറ്റവും വലിയ ഒറ്റപ്പെടൽ അനുഭവിച്ചിട്ടുണ്ടാവുക.

130. നമ്മെ ദുർബലപ്പെടുത്തുന്ന ചിന്തകളെ വളരാൻ അനുവദിക്കരുത്.

131. നിങ്ങളുടെ ജീവിതം നിങ്ങളുടെ സ്വാതന്ത്ര്യമാണ്, അത് മറ്റുള്ളവരെ തൃപ്തിപ്പെടുത്തുവാൻ വേണ്ടി ഉള്ളത് ആവരുത്.

132. ഉത്തരവാദിത്തങ്ങൾ നിങ്ങളെ പാകതയുള്ളവരാക്കും.

133. ഒരിക്കലും കാത്തുനിൽക്കാത്തതും സമയം, ഒരിക്കൽ പോയാൽ തിരികെ വരാത്തതും നഷ്ടമാകുന്നതും സമയം.

134. സ്വന്തമാക്കാൻ കഴിയുന്നതിനെയും കഴിയാത്തതിനെയും പ്രണയിക്കണം,പ്രതീക്ഷയാണ് പ്രണയം; നഷ്ടപ്രണയമായാലും സഫലപ്രണയമായാലും സ്വപ്നങ്ങളിലേക്കുള്ള വേഗതയേറുകയേയുള്ളൂ.

135. കാട് കേറി ഉള്ള ചിന്തകൾ ആവും ബന്ധങ്ങൾക്ക് വിള്ളൽ വീഴുവാൻ ഉള്ള പ്രധാനകാരണം.

136. നല്ല ഓർമ്മകളെ സമ്മാനിക്കുന്നവർ കൂടെയുണ്ടാവും അതൊരിക്കലും ഒരു നഷ്ടമാകില്ല.

137. അപ്രതീക്ഷിതമായി മറ്റുള്ളവർക്ക് സമ്മാനങ്ങൾ ആവാൻ കഴിയണം, അവിടെ അവരിൽ ഉണ്ടാകുന്ന പുഞ്ചിരിയോ ഓളം വരില്ല മറ്റൊന്നും.

138. നിങ്ങളുടെ കഥ കേൾക്കാൻ നൂറ് ആളുകളെ ലഭിക്കും, അതിനെ മനസ്സിലാക്കുന്നവരേയും കൂടെ നിൽക്കുന്നവരേയും കണ്ടെത്തുക എന്നതാണ് പ്രധാനം.ഓർക്കുക അനുഭവിക്കാത്ത ജീവിതം ഭൂരിപക്ഷത്തിനും ഒരു കഥ മാത്രമാണ്.

139. തുടക്കവും അവസാനവും എന്നും എളുപ്പമുള്ള രണ്ടു പ്രതിഭാസങ്ങളാണ്, നിലനിർത്തുക എന്നതാണ് കാര്യം. നിലനിർത്തുന്നവരാണ് എന്നും താരങ്ങൾ.

140. കരയുവാൻ ഉള്ള കാരണങ്ങൾ ഒരുപാടുണ്ടാവും, എന്നാൽ പുഞ്ചിരിക്കുവാനുള്ള ഒരു കാരണം കണ്ടെത്തി ജീവിക്കുമ്പോൾ ആണ് നമ്മൾ നമ്മളാവുന്നത്.

141. ഉദിച്ചിരിക്കുമ്പോൾ കൂടെയിരിക്കാൻ ആളുകൾ ഏറെയുണ്ടാകും എന്നാൽ മങ്ങുമ്പോൾ നിങ്ങൾക്ക് പ്രകാശം പകരുന്നവർ ആരോ അവരെ കൂടെ കൂട്ടുക. അവരാണ് നിങ്ങളുടെ ജീവന്റെ സ്പന്ദനം.

142. ചെറിയൊരു ഇടവേള എന്നും നല്ലതാണ്, ഒന്ന് തിരിഞ്ഞു നോക്കാനും, നാം ആരാണെന്നുള്ള ഒരു തിരിച്ചറിവ്; അത് സമ്മാനിക്കും.

143. മറ്റുള്ളവരുടെ ചോദ്യങ്ങൾക്കുള്ള ഉത്തരം കണ്ടെത്തൽ ആവരുത് നിങ്ങളുടെ ജീവിതം.

144. ചൂണ്ടിക്കാട്ടപ്പെടുന്നത് തെറ്റുകൾ, അത് പറഞ്ഞു മനസ്സിലാക്കി കൊടുക്കുവാനും തിരുത്തുവാനും കഴിയണം. ഇല്ലാത്തപക്ഷം നിങ്ങൾ ആവും തെറ്റുകാർ.

145. എല്ലാവരുടെയും അംഗീകാരത്തോടെയും തൃപ്തിയോടെയും നിങ്ങൾക്ക് ഒന്നും ചെയ്യാൻ കഴിയില്ല, നിങ്ങളുടെ നിലപാടുകളിലും ശരികളും ഉറച്ചു നിൽക്കാൻ കഴിയണം.

146. സമയത്തിന്റെ വില തിരിച്ചറിയണമെങ്കിൽ അത് പാഴാക്കി; അതോർത്തു നിങ്ങൾ നിങ്ങളെത്തന്നെ കുറ്റപ്പെടുത്തുന്ന നാഴികയിൽ ആയിരിക്കും.

147. കൽപ്പിക്കുന്നവർ അല്ല കൂടെ ഇറങ്ങി പ്രവർത്തിക്കുന്നവർ ആവണം നേതാവ്!

148. നമ്മൾ ഉയർത്തുന്ന ഒഴിവുകഴിവുകൾക്ക് ഒരൊറ്റ ഉത്തരമേ ഉള്ളൂ അത് മടിയാണ്.

149. ഒഴുക്കിൽ ജീവിക്കാൻ കഴിയും, ജീവിതം ചരിത്രം ആക്കി മാറ്റുന്നത് നമ്മളാണ്.

150. നിങ്ങളുടെ ലക്ഷ്യം അറിയുന്നവനാണ് നിങ്ങൾ, പ്രതിസന്ധികളിൽ പോരാടേണ്ടവരും നിങ്ങൾ!

151. പ്രതിസന്ധികളും പ്രയാസങ്ങളും ഇല്ലാത്തവരെ കണ്ടെത്തണം; അവിടെ നിങ്ങളുടെ പ്രയാസങ്ങളും പ്രതിസന്ധികളും അവസാനിക്കും.

152. നിലപാടുള്ളവരാകും ഇരുണ്ടമുഖങ്ങൾ ഏറെയും നേരിടേണ്ടി വരുന്നത്.

153. ചില നഷ്ടങ്ങൾ മനസ്സിൽ കുറിച്ച് ഇടേണ്ടതാണ്, എത്ര വൈകിയാലും നേടിയെടുക്കേണ്ടത് ആയിരിക്കണം അത്.

154. നല്ല വാക്കുകളേക്കാൾ നിങ്ങൾക്ക് ആവശ്യം, ചിലപ്പോൾ നിങ്ങളെ

കേൾക്കുന്ന ചിലരെ ആയിരിക്കും.

155. തിരിഞ്ഞുനോക്കുമ്പോൾ അയവിറക്കാൻ തക്കതായിരിക്കണം നമ്മുടെ ഓരോ ദിനങ്ങളും.

156. നിന്റെ ജാതിയോ വർഗ്ഗമോ ലിംഗമോ വർണ്ണമോ ആവരുത് നിന്റെ കഴിവിനെയും നിന്നെയും തീരുമാനിക്കേണ്ടത്.

157. നിങ്ങളുടെ സാഹചര്യങ്ങൾ വിനിയോഗിക്കാതെ ഇരിക്കുമ്പോൾ; തന്റേതല്ലാത്ത കാരണത്താൽ ഒരിടത്തിരുന്ന് പോയവരെ പറ്റി ആലോചിക്കണം.

158. ആശയങ്ങൾ ഹൃദയത്തിൽ ഒളിപ്പിക്കാൻ ഉള്ളതല്ല.

159. നിങ്ങൾ ശക്തരാവാൻ ആഗ്രഹിക്കുന്നുവെങ്കിൽ; സ്വയം പഠിക്കുക, പ്രവർത്തിക്കുക, പ്രാവർത്തികമാക്കുവാൻ ശ്രമിക്കുക.

160. തുറന്ന് സംസാരിക്കാൻ കഴിയുന്നില്ലെങ്കിൽ ബന്ധങ്ങൾ ശൂന്യം ആയിരിക്കും.

161. ഉയരങ്ങളിലെത്താൻ ജീവിതസാഹചര്യങ്ങൾ ഒരിക്കലും ഒരു തടസ്സമല്ല.

162. നിങ്ങളിൽ സത്യമുണ്ടെങ്കിൽ കളിയാക്കലുകളും വിമർശനങ്ങളും എന്നും ഒരു മുതൽക്കൂട്ടായിരിക്കും.

163. നിങ്ങൾക്ക് വേഗത്തിൽ പോകണമെങ്കിൽ, ഒറ്റയ്ക്ക് പോകുക. നിങ്ങൾക്ക് ദൂരത്തേക്ക് പോകണമെങ്കിൽ, ഒരുമിച്ച് പോകുക.

164. ആത്മാർത്ഥമായി ചിരിക്കാൻ കഴിയുന്നുണ്ടെങ്കിൽ; ആദരവോടെ ക്ഷമിക്കാനും കഴിയും.

165. കാലത്തിന് നോക്കുകുത്തി ആയിരിപ്പാൻ കഴിയില്ല ഒരിക്കലും; പൊരുതുന്നവൻ ചരിത്രത്താളുകളിൽ ഇടം നേടുക തന്നെ ചെയ്യും.

166. മടിയെ നിയന്ത്രിക്കാനോ ഒഴിവാക്കാനോ നിങ്ങൾക്ക് കഴിയുന്നില്ലെങ്കിൽ, നിങ്ങളുടെ യാത്രകൾ പരിതാപകരം ആകും.

167. ചില തർക്കങ്ങൾക്കിടയിൽ ചില ചോദ്യങ്ങൾ നമ്മിലേക്ക് വന്നുചേരും; സ്വയം വിലയിരുത്തി ഉത്തരം കണ്ടെത്തേണ്ട ചോദ്യങ്ങൾ.

168. പ്രശ്നങ്ങൾക്കും വിഷമങ്ങൾക്കും ഇടയിൽ ചിരിക്കാൻ കഴിയുന്നവർ തളരില്ല തകരില്ല.

169. പ്രോത്സാഹിപ്പിക്കേണ്ടത് പ്രോത്സാഹിപ്പിക്കുവാനും, അഭിനന്ദിക്കേണ്ടത് അഭിനന്ദിക്കുവാനും കഴിയുമ്പോൾ അത് മറ്റുള്ളവരിൽ സൃഷ്ടിക്കുന്ന കരുത്ത് വലുതായിരിക്കും.

170. നദി പോലെ ആയിരിക്കണം നിങ്ങൾ; കൈവരികൾ ആകുന്ന ഒരുപാട് പ്രതിസന്ധികളും പ്രയാസങ്ങളും ഉണ്ടാവും, എന്നാൽ അവസാനം എത്തിച്ചേരേണ്ട ഇടം, നിങ്ങളുടെ ലക്ഷ്യസ്ഥാനം ആയിരിക്കണം.

171. നിങ്ങളുടെ പരാജയം നിങ്ങളുടെ ഹൃദയത്തിൽ നിങ്ങൾ തീരുമാനിക്കുന്നതു വരെ നിങ്ങളെ ആർക്കും പരാജയപ്പെടുത്തുവാൻ കഴിയില്ല.

172. സമയത്തെയും, സാഹചര്യത്തെയും കൃത്യമായി ഉപയോഗിക്കാൻ കഴിഞ്ഞാലേ നിങ്ങൾക്ക് നിങ്ങളുടേതായ ഇടം സൃഷ്ടിക്കാൻ കഴിയൂ.

173. ഒറ്റുന്നവരെയും ഒറ്റപ്പെടുത്തുന്നവരെയും തിരിച്ചറിയണം; ചലനങ്ങളോ നിശബ്ദതയിൽ ആയിരിക്കണം.

174. നിങ്ങൾ ത്യാഗം സഹിക്കുന്നു എങ്കിൽ; ഭ്രമിച്ചു നിൽക്കേണ്ടിവരില്ല.

175. എന്നന്നേക്കുമായി ആർക്കും നിങ്ങളെ തളച്ചിടാൻ കഴിയില്ല.

ഓരോ ഉയർത്തെഴുന്നേൽപ്പും ഉണ്ടാവുക തന്നെ ചെയ്യും, കാത്തിരിക്കണം അതിനായി, പ്രവർത്തിക്കണം അതിനുവേണ്ടി.

176. ആരംഭം കുറിക്കുന്നവരും ആവേശം പകരുന്നവരും ആവും ഒടുവിൽ തഴയപ്പെടുന്നതും ഒറ്റപ്പെടുന്നതും.

177. ശബ്ദമുയർത്തേണ്ടത് ശബ്ദമുയർത്തണം; അത് പിന്നിലെ നിഴലുകളെ നോക്കിയാവരുത് എന്ന് മാത്രം.

178. അറിഞ്ഞു പ്രവർത്തിക്കാൻ കഴിയണം, ആവശ്യക്കാരെ തിരിച്ചറിയുവാനും.

179. സൊസൈറ്റി ഒരു പ്രത്യേകതരം ഇതാണ്, അതിനെ അതിന്റെ വഴിക്ക് വിടണം.

180. ചില ദിവസങ്ങൾ അവിസ്മരണീയമാക്കാൻ നമ്മെ കാത്ത് ചിലരുണ്ടാവും, ക്ഷണിക്കപ്പെടാതെ അരികിലേക്ക് എത്തുന്ന ചിലർ.

181. സാമ്പത്തികമായ ലാഭങ്ങൾ നൽകുന്ന സംതൃപ്തിയേക്കാൾ എത്രയോ മടങ്ങാണ് നല്ല വ്യക്തിബന്ധനങ്ങൾ നൽകുന്ന സന്തോഷവും സംതൃപ്തിയും.

182. ഇന്നലെകളെ കണ്ടുകൊണ്ട് പുച്ഛരിക്കരുത് മാറുന്നവനാണ് മനുഷ്യൻ!

183. ഒന്നും പ്രതീക്ഷിക്കാതെ കൂടെ നിന്ന് പ്രവർത്തിക്കുന്ന ഉണ്ടെങ്കിൽ നിങ്ങൾ ശക്തരാണ്.

184. ചില തീരുമാനങ്ങൾ ആകും ഇന്നലെവരെ നിങ്ങൾ എന്തായിരുന്നു എന്ന് മനസ്സിലാക്കുവാൻ.

185. ബന്ധങ്ങളുടെ ദൈർഘ്യം അല്ല വിശ്വാസിയതയാണ് മുന്നോട്ടുനയിക്കുന്നത്.

186. ഒട്ടും പ്രതീക്ഷിക്കാതെ നടക്കുന്ന ചില സംഭവങ്ങൾ, അനുഭവങ്ങൾ, ആ ഓർമ്മകൾ ആവും പുതിയ തീരത്തേക്ക് എത്തുവാൻ ആവേശം കൊള്ളിക്കുന്നത്.

187. നിങ്ങളുടെ സമയത്തിനായി കാത്തിരിക്കണം, നിങ്ങളുടെ സമയം എത്തുമ്പോൾ പ്രവർത്തിക്കാൻ തക്ക സജ്ജരായി !

188. വേദനിപ്പിച്ചവരോട്, നിഷേധിച്ചവരോട്, തഴഞ്ഞവരോട് നന്ദി പറയേണ്ടിവരും, നാളത്തെ നിങ്ങളുടെ വിജയത്തിന്റെ കാരണമായി തീരുന്നത് അവർ ആവും, കാരണം അറിഞ്ഞോ അറിയാതെയോ നിങ്ങളുടെ വേഗത കൂടിയവരാണ് അവർ!

189. ഒറ്റയ്ക്ക് ഇരിക്കുമ്പോഴാണ് ഓർമ്മകളിലേക്കും, അവിടെനിന്ന് പുതിയ ഇടത്തേക്കും എത്തിച്ചേരുന്നത്.

190. നമുക്കുവേണ്ടി മറ്റുള്ളവർക്ക് വേണ്ടി പ്രവർത്തിക്കുന്നവരെ; ബഹുമാനിക്കാൻ കഴിയണം

191. ക്ഷണിക്കപ്പെടാതെ എത്തുന്ന ഏകാഗ്രത ഒരുപാട് കാര്യങ്ങൾ ചിന്തിപ്പിക്കും.

192. ചരിത്ര വഴികളിലൂടെ സഞ്ചരിച്ചവർക്ക് ഉറപ്പു നൽകുവാൻ കഴിയൂ. അനുഭവങ്ങളും, പ്രയത്നവും ഉറപ്പുള്ളവരക്കും!

193. പ്രതീക്ഷ ഉണ്ടാവണം, അമിതമായ പ്രതീക്ഷ ഉണ്ടാവരുത് എന്നും ആരവങ്ങൾ ഉണ്ടാവണമെന്നില്ല തളരാതെ യാത്ര ചെയ്യുവാൻ നിങ്ങളുടെ പ്രതീക്ഷക്ക് കഴിയും

194. പൊറുക്കുവാൻ കഴിയാത്തവ കുറിച്ച് ഇടണം; പകർത്താൻ അല്ല ഒരു പാഠമാക്കാൻ.

195. നിങ്ങളുടെ മനസ്സിനെ ഏതു സാഹചര്യത്തിലും ശാന്തൻ ആക്കാൻ

പരിശീലിക്കുക.

196. വൈരസ്യം അകറ്റുവാനുള്ള സിദ്ധൗഷധമാണ് മിത്രം.

197. നമ്മുടെ തീരുമാനങ്ങളാണ് നമ്മെ നയിക്കുന്നത്; വ്യത്യസ്തനാക്കുന്നത്

198. വാശിയേറിയ സ്വപ്നങ്ങൾ നമ്മുടെ ലക്ഷ്യത്തിലേക്കുള്ള വേഗത കൂട്ടും

199. എല്ലാം ഒരു തുറന്ന പറച്ചിലിൽ അവസാനിക്കും എന്നിരിക്കെ, ഒരിക്കലും ഒരു ഏറ്റുപറച്ചിലിന് അവസരം ഉണ്ടാക്കരുത്.

200. വിമർശനങ്ങളെ എന്നും സ്വാഗതം ചെയ്യണം, നന്മ പൂശുന്ന വാക്കുകളേക്കാൾ എന്നും കരുത്താകുന്നത് ചില വിമർശനങ്ങൾ ആവും.

201. നിന്നിലെ നിന്നോട്, എന്നിലെ എന്നോട്, എന്നുള്ളിലെ മടിയോട് ; പറയണം കടക്ക് പുറത്ത്.

202. ആഘോഷങ്ങളും ആരവങ്ങളും സൃഷ്ടിക്കുന്നത് നമ്മൾ തന്നെയാണ്, നമ്മുടെ ഓരോ ദിവസവും വ്യത്യസ്തമാക്കുന്നതും നമ്മൾ തന്നെ

203. നമ്മുടെ വിജയം നമ്മളെക്കാൾ ഏറെ ആഗ്രഹിക്കുന്ന ഒരാൾ കൂടെയുണ്ടെങ്കിൽ നമ്മൾ സമ്പന്നരാണ്.

204. കാരണങ്ങൾ കണ്ടെത്താൻ ആയിട്ട് ആവരുത് ജീവിതം.

205. സ്വപ്നത്തെ പ്രണയിക്കണം ലക്ഷ്യത്തെ കൂടെ പിടിക്കണം

206. ഇന്നലെ നീ എന്തു ചെയ്തു, ഇന്ന് ഇനി നീ എന്ത് ചെയ്യേണ്ടു എന്ന് ചിന്തിച്ചു കൊണ്ടാവട്ടെ ഓരോ പ്രഭാതങ്ങൾക്കും തുടക്കം കുറിക്കുവാൻ.

207. അനുഭവങ്ങൾ സമ്പാദ്യങ്ങൾ ആക്കുവാൻ കഴിയണം, മുന്നോട്ടുള്ള യാത്രകളിൽ ചിലവാക്കാൻ കഴിയുന്ന സമ്പാദ്യങ്ങൾ

208. കൂടെ ഇരുന്നു സംസാരിക്കാൻ ഒരുപാട് ആളുകൾ ഉണ്ടാവും, എന്നാൽ മനസ്സിലാക്കാനും അംഗീകരിക്കാനും കഴിയുന്നവർ വിരളമായിരിക്കും.

209. ഒരായിരം പ്രതീക്ഷകൾ സ്വപ്നം കണ്ടുകൊണ്ട് ആവട്ടെ ഓരോ പുതിയ പ്രഭാതങ്ങളും.

210. മറക്കാനാഗ്രഹിക്കുന്ന ഓർമ്മകൾ ആവും പുതിയ തീരത്ത് എത്തിക്കുന്നത്.

211. പാഴാക്കി കളയുന്നതും സമയം, നിനച്ചിരിക്കാത്ത നേരം

വിരഹവും ഈ സമയം.

212. ആശയങ്ങളെ മുറുകെപ്പിടിക്കുന്നവർക്ക് ചുറ്റും മുഖംമൂടി അണിയുന്ന ചിരിമുഖങ്ങൾ ആവും

213. ആരും പ്രതീക്ഷിക്കാത്ത ഇടങ്ങളിലേക്ക് ആയിരിക്കണം നമ്മുടെ സ്വപ്നങ്ങൾ.

214. തിരിച്ചറിവോടെ ആയിരിക്കണം തിരഞ്ഞെടുപ്പ്...

215. കാത്തിരിപ്പിന്റെ സ്വാദ് പലപ്പോഴും വ്യത്യസ്തമാണ്.

216. മറ്റുള്ളവർക്ക് വേണ്ടി സമയം കണ്ടെത്തുന്നവർ ആയിരിക്കും സമൂഹത്തിൽ ഏറ്റവും കൂടുതൽ ഒറ്റപ്പെടുന്നത്.

217. മറക്കേണ്ടതോ മായേണ്ടതൊ ആവരുത് സ്മരണകൾ.

218. ഏകാന്തത ഒരു അനുഭവമാണ്, പുതിയ തീരത്തേക്ക് എത്തിക്കുവാനുള്ള ഒരു ചവിട്ടുപടി.

219. ഇന്നു നീ നീയാണ് നാളെയോ നീ ചരിത്രമാണ്.

220. മുൻപോട്ടുള്ള നീക്കങ്ങൾ ദൃഢമായിരിക്കണം ശക്തമായിരിക്കണം

221. നിങ്ങളുടെ സമയത്തെ നിങ്ങൾ വിലമതിക്കുന്നില്ലെങ്കിൽ; അത് മറ്റുള്ളവരിൽ നിന്നും പ്രതീക്ഷികേണ്ട.

222. ഉയരങ്ങളിൽ എത്താൻ പ്രായം ഒരു വിലങ്ങുതടിയല്ല

223. ഒരിക്കൽ നീയും മരിക്കും. ശേഷമോ നീയെന്തെന്നു വരികൾ പാടട്ടെ.

224. ചിരിയിലൂടെ ചിന്തിപ്പിക്കുന്നവരെലോകം മറക്കില്ല.

225. പൊറുക്കാൻ കഴിയാത്തവ കുറിച്ചടണം. പകർത്താതിരിക്കാൻ, ഒരു പാഠമാക്കാൻ.

226. നിങ്ങളുടെ സ്വാതന്ത്ര്യം മറ്റുള്ളവരുടെ സ്വാതന്ത്ര്യത്തെ പൂട്ട് ഇടുന്നതാവരുത്.

227. കാലം നമുക്ക് ചില അവസരങ്ങൾ തരും, ആ അവസരങ്ങളെ വിനിയോഗിക്കുന്നവരാവും വിനിയോഗിക്കുന്നവരാണ് യഥാർത്ഥ പോരാളികൾ.

228. മാറി നിന്നാൽ മറന്നുകളയും തഴഞ്ഞും

229. അവരാണ് പോരാളികൾ, നമുക്കുവേണ്ടി കരുതലോടെ നമ്മെ കരുതുന്നവർ.

230. പരസ്പരം കരുതലിന്റെയും, ബന്ധം പുതുക്കലിന്റെയും അനുഭവങ്ങൾ ആവണം ഓരോ ആഘോഷങ്ങളും.

231. സംഭവബഹുലമായ ദിനങ്ങളെ മെനഞ്ഞെടുക്കുവാൻ ശ്രമിക്കണം. ഓർമ്മകളുടെ താഴവരയിൽ അവ എന്നും ഒരു മുതൽക്കൂട്ടാവും.

232. നമ്മൾ പോലും മറന്നു പോകുന്ന കാരണങ്ങൾ ഉണ്ടാവും ചില പിണക്കങ്ങൾക്ക്. അവയുടെ അവസാനം ആവും പുതിയ വഴിത്തിരിവുകളിലേക്ക് എത്തിക്കുന്നത്

233. പ്രവർത്തിക്കേണ്ട സമയത്തു പ്രവർത്തിക്കേണ്ടവരുടെ അടുത്ത് പ്രവർത്തിക്കണം.

234. നിങ്ങളുടെ പൂർവ്വ ചരിത്രത്തെ തിരുത്തുവാൻ കഴിയില്ല, മുൻപിലോ ശൂന്യം, ശൂന്യതയെ തുടച്ചുനീക്കി പൊതുചരിത്രങ്ങൾ സൃഷ്ടിക്കുവാൻ കഴിയണം

235. വിജയചരിത്രം ആവണം; പുച്ഛരിച്ചവർക്കുള്ള മറുപടി .

236. എന്നും അവസരങ്ങൾ ലഭിക്കണമെന്നില്ല ലഭിക്കുന്നവ നിരസിക്കുന്നതാവും ജീവിതത്തിൽ ഏറ്റവും വലിയ മൂഢത്തരം.

237. വഞ്ചനയുടെ രുചിയറിഞ്ഞവർ അതിലേക്ക് ആരെയും കൈപിടിച്ച് നടക്കില്ല

238. നേടുവാൻ ഒരുപാടുണ്ടെന്നുള്ള ബോധ്യം അലസതയെ തച്ചുടയ്ക്കും.

239. ഒറ്റയ്ക്കാണ് എന്നുള്ള തിരിച്ചറിവുകൾ നൽകുന്ന അനുഭവങ്ങളെ ഉൾക്കൊണ്ടുകൊണ്ട് മുൻപോട്ടു പോയാൽ നിങ്ങൾ, നിങ്ങളാകും

240. തകർന്നു പോകുമ്പോൾ നിങ്ങൾക്കായി കാത്തിരിക്കുന്നവരുടെ മുഖം എന്നും മനോരഥത്തിൽ ഓർക്കണം.

241. ചില നഷ്ടങ്ങളുടെ പടവുകൾ ആവും ഉയരങ്ങളിലേക്ക് എത്തിക്കുക

242. നിങ്ങളിലുള്ള വിശ്വാസമാണ് നിങ്ങളെ ഉത്തരവാദിത്വങ്ങളിലേക്ക് എത്തിക്കുന്നത്.

243. പ്രവർത്തിക്കുന്നിടത്തെ വിമർശനങ്ങൾ ഉണ്ടാകു, ആ വിമർശനത്തിൽ തളർന്നാൽ നിങ്ങൾ പരാജയപ്പെടും.

244. പാഴാക്കുന്ന നിമിഷത്തെ ഓർത്ത് വിലപിക്കുവാൻ ഇടയാകരുത്.

245. നിരാശയെ തുടച്ചു നീക്കുവാൻ കഴിയുന്ന ആയുധം എന്താണ് അതെന്നും സ്വപ്നങ്ങളുടെ പ്രത്യാശ തന്നെയാണ് കൂടെ ഉണ്ടാകേണ്ടതും എന്നും ആ പ്രത്യാശ തന്നെയാണ്.

246. ആവശ്യങ്ങൾ നിറവേറ്റാൻ എത്തുന്ന സുഹൃത്തുക്കൾ ശാശ്വതമല്ല.

247. പ്രതിഫലേച്ഛ ഇല്ലാതെ സ്നേഹിക്കുവാനും സ്നേഹിക്കപ്പെടുവാനും സാധിക്കണം.

248. പരിഭവങ്ങൾ ഉള്ളിലൊതുക്കാനുള്ളതല്ല പ്രകടിപ്പിക്കാനുള്ളതാണ്. കാരണം ഉള്ളിലുള്ളത് പറഞ്ഞു തീർത്താൽ ബന്ധങ്ങൾക്ക് വീണ്ടും ദൃഢത ഏറും.

249. പരിഹാസങ്ങളെ മുഴുവനായി നിഷേധിക്കരുത്, അവയിലും ഉണ്ടാവും നിങ്ങൾക്ക് ഉപകാരപ്രദമായ ചിലത്.

250. ഒരാളുടെ വീഴ്ചയിൽ വിമർശിക്കുന്നത് നല്ലത് തന്നെ ഒരുപക്ഷേ അതു അവരുടെ വീഴ്ചയുടെ കാരണം അവരെ ബോധ്യപ്പെടുത്തി കൊടുത്തേക്കാം. പക്ഷെ വിമർശനത്തിനൊപ്പം ഒന്നു ചേർത്തു നീർശതുവാൻ കൂടി ശ്രമിക്കണം എങ്കിലേ വിമർശനങ്ങൾക്ക് അർത്ഥമുണ്ടാവൂ.

251. നഷ്ടമായെന്നു കരുതിയ ചില സൗഹൃദങ്ങൾ, കാലം തിരിച്ചു നൽകുമ്പോൾ അവിടെ തെളിയേണ്ടുന്നത് പഴയ ഓർമകൾ മാത്രമാവരുത്. പുതിയ ചിന്തകളുടെ പുലരി കൂടെയാവണം.

252. നഷ്ടങ്ങളെ താലോലിച്ചു ഇരുന്നിട്ട് കാര്യമില്ല. സമയവും കാലവും ആരെയും നോക്കാറില്ല.

253. നഷ്ടങ്ങളുടെയും ദുഃഖങ്ങളുടെയും കഥകൾ മാത്രമേ നാം പറയാറുള്ളൂ. നീ നിന്റെ സ്വപ്നങ്ങളേയും ആഗ്രഹങ്ങളെയും പറ്റി സംസാരിക്കണം. അതിനു വേണ്ടി ജീവിക്കണം.

254. മറവി ഒരു രോഗമാണ്. മറവി അഭിനയിക്കുന്നത് ഒരു കല ആണ്.. പല ജീവിതങ്ങളും തകർക്കുന്ന തളർത്തുന്ന കല.

255. സ്വപ്നങ്ങൾ കാണുന്നത് ഒറ്റക്കായിരിക്കണം.സ്വപ്നത്തിന് വേണ്ടി പൊരുതുന്നത് നാം ഒറ്റക്കാണ്.

256. നഷ്ടങ്ങളുടെ കണക്കെടുക്കാൻ ആണെങ്കിൽ ജീവിതം എന്നും ഒരു ചോദ്യ ചിഹ്നം ആയി മാറും. സ്വപ്നങ്ങളുടെ, നേട്ടങ്ങളുടെ പോരാളി ആവാം.

257. പ്രതിസന്ധികളിൽ തകർന്നു പോകാതെ what's next? എന്ന് ചിന്തിച്ചു തുടങ്ങിയാൽ തകർക്കാനോ തളർത്താനോ ആരുമുണ്ടാവില്ല. നിങ്ങളുടെ ജീവിതത്തിലെ പോരാളി നിങ്ങൾ മാത്രമാണ്.

258. തകർക്കാനും തളർത്താനും നൂറു നാവുകൾ ഉണ്ടാകാം. കരുത്ത് ആകാൻ സ്വപ്നങ്ങളും ആഗ്രഹങ്ങളും മാത്രം.

259. എല്ലാവരെയും സ്വന്തം എന്ന് കാണാതിരിക്കുക. കൂടെയുള്ളവരെ കൂട്ടിരുത്തുക,കൂട്ട് ആകുക.

260. ആത്മവിശ്വാസം വേണം നമ്മളിൽ. അമിത വിശ്വാസം അരുത് ആരിലും.

261. തകർന്നു പോയേക്കാവുന്ന സാഹചര്യങ്ങളിൽ ചിലരുടെ വാക്കുകൾ കരുത്താവും. എന്നാൽ അവർക്കു നാം വേണ്ട പ്രാധാന്യം

നൽകിയവർ ആകില്ല.

262. ഓർമ്മകൾ കരുത്താവട്ടെ...ഓർക്കാൻ ആഗ്രഹിക്കാത്ത ഓർമ്മകൾ.

263. പ്രണയം രചിച്ചു നോക്കിയിട്ടുള്ളവർ പിന്നീട് വിധിയെ പഴിച്ചവർ ആയിരിക്കും.

264. ചോറിനൊപ്പം ഉപ്പു മാത്രം ലഭിച്ചാലും, ആ ഉപ്പുകൂട്ടി കഴിച്ചിട്ട്, ഊണ് കേമം എന്ന് പറയുവാൻ പഠിക്കണം.

265. ഒരു നല്ല അയലപ്ക്കമുണ്ടെങ്കിൽ നിങ്ങൾ സമ്പന്നരാണ്.

266. തന്റെ കീശയുടെ വലുപ്പം നോക്കാതെ മറ്റുള്ളവരുടെ കീശയെ പറ്റി ചിന്തിച്ച് അവരെ കരുതുന്നവരാണ് ഇന്ന് ഭൂമിയിലെ ദൈവങ്ങൾ.

267. പുതിയ ബന്ധങ്ങളും സൗഹൃദങ്ങളും ഉണ്ടാക്കുവാനുള്ള പാച്ചിലിനിടയിൽ കൂടെ നിന്നവരെയും കൂട്ടായി ഇരുന്നവരെയും മറക്കരുത്.

268. ചെയ്യുന്നത് എന്ത് പ്രവർത്തിയാണേലും അതിൽ സത്യസന്ധതയും ആത്മാർത്ഥതയുമുണ്ടെങ്കിൽ, അതിനുള്ള പ്രതിഫലം ലഭിച്ചിരിക്കും.

269. ഒന്ന് തുറന്ന് സംസാരിച്ച്, ഒരു നല്ല ചിരിയിലൂടെ തീരാവുന്ന പ്രശ്നങ്ങളെ പലർക്കുമുള്ളൂ, കാരണം മനസ്സറിയുന്നവനാണ് മനുഷ്യൻ.

270. പ്രതിസന്ധിയിൽ തളർന്നിരുന്നിട്ട് കാര്യമില്ല. അടുത്തത് എന്ത് എന്ന് ചിന്തിച്ചവരെ വിജയിച്ച ചരിത്രമുള്ളു.

271. വിട്ടുകളയണം ഓർക്കാൻ ആഗ്രഹിക്കാത്തതെല്ലാം; വെറുതെയെന്തിനാ സമയം പാഴാക്കുന്നത്.

272. അനുഭവങ്ങൾ തേടിയാവണം യാത്ര. ക്ഷണിക്കാതെ വരുന്ന അനുഭവങ്ങൾ ആസ്വദിക്കുന്നതാവണം ജീവിതം.

273. ആരുടേയും പിന്തുണ പ്രതീക്ഷിച്ചുക്കൊണ്ട് ആവരുത് ഒന്നും. അപ്രതീക്ഷിതമായി പിന്തുണകൾ ലഭിച്ചാൽ അത് നമ്മുടെ വിജയമാണ്.

274. ഒന്ന് തല താഴ്ത്തിയാൽ, ഒരു നല്ല പുഞ്ചിരിയുണ്ടേൽ പരസ്പരമുള്ള ഒരുപാട് യുദ്ധങ്ങൾ അവസാനിക്കും.

275. നമ്മളിൽ ശരിയുണ്ടെങ്കിൽ; ചെയ്തത് തെറ്റല്ലങ്കിൽ; ആരുടെ മുഖത്തുനോക്കിയും സംസാരിക്കാൻ കഴിയും.

276. നിന്റെ ജീവിതം കണ്ട് വരുന്നവരോട് പടിയിറങ്ങുന്നത് വരെ കഥകൾ പറഞ്ഞിരിക്കരുത്.പകരം മറക്കാനാവാത്ത വിധം നീ അവരുടെ കവിതയാവുക.

277. സ്വയം ചരിത്രമായവരെ മറന്ന ചരിത്രമാണ് മനുഷ്യന്. ഹേ മനുഷ്യാ മറക്കരുത് ചരിത്രം.

278. ചോദിച്ചുവാങ്ങുന്ന അംഗീകാരവും, ഉപ്പൊഴിക്കാത്ത കഞ്ഞിയും, ഒരു സുഖവുമുണ്ടാവില്ല..

279. എല്ലാത്തിനേയും വിമർശിക്കുന്നത് ഒരു ഹരമായിരിക്കാം; എന്നാൽ വിമർശനത്തിനിടയായവരുടെ പ്രയത്നത്തിനെ വിലകുറച്ചുകാണരുത്.

280. മടങ്ങിവരാമെന്ന് ചൊല്ലിയിറങ്ങിയവർ; തിരിച്ചുവരായ്കിലും വലിയ വേദനയെന്തുണ്ട് ഭൂമിയിൽ..

281. നിങ്ങളെ ആരെങ്കിലും മാറ്റിനിർത്തിയാൽ, മാറ്റിനിർത്തിയതിന്റെ കാരണം തേടാതെ മാറ്റിനിർത്തിയവന്റെ മുമ്പിൽ മാറ്റമായി മാറണം.

282. എല്ലാവർക്കും അവരവരുടേതായ കഴിവുകളുണ്ട്; ആ കഴിവുകൾ മറ്റുള്ളവർക്ക് ഉപകാരപ്പെടുമ്പോഴാണ് നിങ്ങൾ നിങ്ങളാകുന്നത്.

283. മനസ്സ് വായിക്കാനുള്ള യന്ത്രം കണ്ടെത്താത്തടത്തോളം കാലം തുറന്ന് സംസാരിക്കുന്ന ബന്ധങ്ങളും സൗഹൃദങ്ങളുമേ നിലനിന്ന് പോകുകയുള്ളൂ..

284. ചില പരിചയക്കാരുണ്ടാകും നമുക്ക് അവർ വെറും പരിചയക്കാർ; പക്ഷേ അവർ നമ്മെ അടുത്ത സുഹൃത്തായാവും കാണുക, അത് ഒരാവശ്യം വരുമ്പോഴേ നമുക്ക് മനസിലാകൂ.

285. ആശയപരമായ എതിർപ്പുകൾ ഉണ്ടാകാം; എന്നാൽ അത് ആശയപരമായ ഒന്നാണെന്നു തിരിച്ചറിഞ്ഞാൽ മാത്രമേ ബന്ധങ്ങൾ അറ്റു പോകാതിരിക്കൂ.

286. പ്രകാശമുണ്ടാവണം പ്രതീക്ഷയുടെ പ്രകാശം; എത്ര ഇരുൾ വന്നാലും അണയാത്ത പ്രകാശം

287. തല നരച്ചാൽ തല തിരിക്കരുത് കഥപറയണം,കളിപറയണം കൂടെ ചിരിക്കണം

288. കഴിവുകൾ ഉള്ളിലൊളിച്ചുവെച്ച് കളവുപറയരുത്. ഞാനാരുമല്ല, എനിക്കൊന്നുമറിയില്ല എന്ന് പറയുന്നതിൽ കാര്യമില്ല.

289. ചരിത്രത്തിന്റെ ഭാഗമാകുവാൻ കഴിഞ്ഞേക്കും; എന്നാൽ ചരിത്രം സൃഷ്ടിക്കുന്നവനേ കാലം ഓർക്കു.

290. നിങ്ങളെയും മറക്കും കാരണം ഇവിടെ ഇങ്ങനെയാണ് ഒന്നോ രണ്ടോ ദിവസത്തെ നവ മാധ്യമങ്ങളിലെ ചില നിമിഷങ്ങളായി മാത്രം മാറും നിങ്ങൾ.

291.   കയ്യടികളും   ആരവങ്ങളും   പ്രതീക്ഷിച്ച്   ഒന്നും

ആരംഭിക്കരുത്.എങ്ങും എത്തിച്ചേരില്ല.

292. ആരവങ്ങളോടെ തുടങ്ങിയിട്ട്; തനിച്ചാക്കി പോകരുത്..

293. ജീവിച്ചിരിക്കുമ്പോൾ ചിരിച്ചു കാട്ടാതെ മരണശേഷമുള്ള പൂച്ചെണ്ടുകൾക്ക് അർത്ഥമില്ല...

294. നമ്മൾ വിചാരിച്ചാൽ മാറ്റാൻ കഴിയാത്തതായി ഒന്നുമില്ല ജീവിതത്തിൽ. കാരണം ഇത് നമ്മുടെ ജീവിതമാണ്.

295. പ്രവർത്തനങ്ങൾ പ്രഹസനങ്ങൾ ആകുമ്പോളുള്ള വിമർശനങ്ങൾ അലങ്കാരം ആകരുത്.

296. അവസരങ്ങൾ തേടി വരാറില്ല; അവസരങ്ങളെ തേടിയിറങ്ങിയ മനുഷ്യരേ വിജയിച്ച ചരിത്രമുള്ളൂ..

297. മറ്റുള്ളവനുവേണ്ടി ശബ്ദം ഉയർത്തി മറഞ്ഞു പോയാലും, ചരിത്ര താളുകളിൽ അവന്റെ ശബ്ദം ഉയർന്നു നിൽക്കും.

298. എത്ര വിമർശനങ്ങളുയർന്നാലും ചെയ്യുന്ന പ്രവർത്തിയിൽ സത്യമുണ്ടെങ്കിൽ കാലം തെളിയിക്കും നിങ്ങളൊരു പോരാളിയായിരുന്നു എന്ന്.

299. കരുത്താണ് കളറാണ് ഉറപ്പാണ്. കൂടെയാണ് തണലാണ് നിഴലാണ്.എന്നൊപ്പമാണ്. എൻ അമ്മ

300. ചിലയിടങ്ങളിലെ നമ്മുടെ മൗനം; അത് ജീവിതത്തിലെ വഴിത്തിരിവായിരിക്കും.

301. എല്ലാവരേയും തൃപ്തിപ്പെടുത്തി ജീവിക്കുവാനാണെങ്കിൽ ജീവിതം അർത്ഥശൂന്യവും ലക്ഷ്യശൂന്യവും ആയിമാറും.

302. കൂടെനിന്ന് കൈകൊട്ടുന്നവരുടെ എണ്ണം കുറവായിരിക്കാം എന്നാൽ ആ ശബ്ദം നൽകുന്ന ആത്മവിശ്വാസം വർണ്ണനാധീതം.

303. വിശ്വാസമുണ്ടാവണം നിങ്ങളിൽ. പതറാത്ത വിശ്വാസം.കാരണം നിങ്ങളേക്കാൾ നിങ്ങളെ വിശ്വസിക്കുന്ന മറ്റാരുമില്ല.

304. നിങ്ങൾക്കുവേണ്ടി മറ്റൊരാൾ പ്രാർത്ഥിക്കുന്നുവെങ്കിൽ, നിങ്ങളുടെ വിജയത്തിനായ് ആത്മാർത്ഥമായി ആഗ്രഹിക്കുന്നുവെങ്കിൽ; നിങ്ങളൊരു ധീരനാണ്..

305. അവസരങ്ങൾ തേടിയെത്തുന്നത് വിരളമാണ്; അവസരങ്ങൾ

കണ്ടെത്തേണ്ടതാണ്.

306. പ്രതീക്ഷകൾ പ്രതീക്ഷിച്ചപോലെ പ്രവർത്തിക്കാതെയാവുമ്പോഴാണ്; പുതു ആശയങ്ങൾ ഉരുത്തിരിയുന്നത്...

307. നിലപാടുകൾ നമ്മുടേതാവണം. ഉറച്ചതാവണം,ആരാലും വരക്കപ്പെടുന്നവയാവരുത്; നമ്മുടെ നിലപാടുകൾ.

308. ചില പ്രത്യേക ദിനങ്ങളിലും, സന്ദർഭങ്ങളിലും മാത്രം ഒതുങ്ങി പോകുന്നത് ആവരുത് സ്നേഹബന്ധങ്ങൾ...

309. മറക്കാനാഗ്രഹിക്കുന്ന ഓർമ്മകളാണ് മരിക്കാത്ത സ്വപ്നങ്ങളിലേക്ക് നയിക്കുന്നത്.

310. മടിയേക്കാൾ വലിയ വിഷം മറ്റെന്തുണ്ട്?! അത് നമ്മേ തളർത്തും, തകർക്കും.

311. ചില സമയങ്ങളിലെ മൗനം അവ ബന്ധങ്ങളുടെ ആഴം കൂട്ടിയില്ലെങ്കിലും ബന്ധങ്ങൾ നിലനിർത്തും.

312. മറവി നല്ലതാണ് ഓർക്കാൻ ആഗ്രഹിക്കാത്തവ മറക്കട്ടെ...

313. ഏകാന്തത ആസ്വദിച്ചുതുടങ്ങിയാൽ നിങ്ങളിലെ നിങ്ങളേ നിങ്ങളറിയും

314. അപ്രതീക്ഷിതമായി ജീവിതത്തിലുണ്ടാവുന്ന ചില സംഭവങ്ങൾ; അവ നൽകുന്ന പാഠങ്ങൾ, അത് ജീവിതത്തിലേ സുവർണ്ണ നിമിഷങ്ങളായിരിക്കാം...

315. പിരിഞ്ഞുപോകുന്നവർക്ക് പറയുവാൻ അവരവരുടേതായ കഥകളുണ്ടാകും,നമ്മൾ നമ്മുടെ കഥയിൽ ഉറച്ചു നിന്നാൽ; തിരികെ വരുന്നവർ ഒരുവേഷത്തിനായ് കൊതിക്കും.

316. അപ്രതീക്ഷിതമായി പലതും ജീവിതത്തിൽ നിന്ന് നഷ്ടമായേക്കാം ഈ നഷ്ടങ്ങൾ പുതിയൊരു തുടക്കമായേക്കാം.

317. കൂടെയുണ്ടാവുമെന്ന് പ്രതീക്ഷിക്കുന്നവരെല്ലാം കൂടെയുണ്ടാവണമെന്നില്ല; എന്നാൽ പ്രതീക്ഷിക്കാത്ത ചിലർ നൽകുന്ന ആത്മവിശ്വാസം, അത് വർണ്ണനാതീതമായിരിക്കും...

318. സ്വപ്നങ്ങൾ കാണണം:സ്വന്തം സ്വപ്നങ്ങൾ ആ സ്വപ്നങ്ങളെ പ്രണയിക്കുക അവ നയിക്കട്ടെ മുന്നോട്ട്..

319. എല്ലാവരേയും തൃപ്തിപ്പെടുത്തി ജീവിക്കുവാനാണെങ്കിൽ ജീവനും ഒരു ചോദ്യചിഹ്നം മാവും.

320. മറ്റുള്ളവനുവേണ്ടി ശബ്ദമുയർത്തുന്നവന്റെ കണക്കുപുസ്തകത്തിൽ നഷ്ടങ്ങളുടെ കണക്കാവും ഏറെയും.

321. കരയിച്ചവരുടെ മുന്നിൽ വിഷമിച്ചു നടന്നിട്ട് കാര്യമില്ല. അതവരുടെ വിജയമായി ജീവിക്കുക സ്വപ്നങ്ങളുമായി സ്വപ്നങ്ങൾ സ്വന്തമാക്കാൻ.

322. നിന്റെ ഹൃദയത്തെ മുറിവ് ഏൽപിച്ചവരോട് ചിരിച്ചുകൊണ്ട് പ്രതികാരം ചെയ്യുക.

323. തോൽവിയുടെ ത്രാസ് ഉയർന്നു നിൽക്കുമ്പോഴും, കൂടെ നിൽക്കാൻ ആളുകൾ ഉണ്ടെങ്കിൽ അത് നിങ്ങളിൽ ഉള്ള വിശ്വാസം ഒന്ന് മാത്രമാണ്.

324. ആരെങ്കിലും കൂടെ ഉണ്ട് എന്നുള്ള തോന്നൽ പോലും ചിലരിൽ വലിയ മാറ്റങ്ങൾക്ക് കാരണമാകും.

325. പരസ്പരം സഹായകരമാകുന്ന ബന്ധങ്ങൾക്ക് മാത്രമേ വളർച്ചയുണ്ടാകൂ. സഹായം എന്നത് ലൗകികം മാത്രമല്ല മാനസികം

കൂടിയാണ്.

326. പരസ്പരപൂരകങ്ങൾ ആയി മാറുവാൻ ബന്ധങ്ങൾക്ക് കഴിയട്ടെ. അത് ബന്ധങ്ങൾ കൂടുതൽ ദൃഢമായി മാറട്ടെ.

327. കുറവുകളെ തിരിച്ചറിഞ്ഞു അത് തിരുത്തുവാൻ കഴിയുന്നില്ലെങ്കിൽ അതാണ് നിങ്ങളുടെ ഏറ്റവും വലിയ പരാജയം.

328. മധുരിക്കുന്ന ഓർമ്മകളെക്കാൾ എന്നും വേഗത കൂട്ടുക, കൈപ്പേറിയ അനുഭവങ്ങൾ ആവും.

329. അസാധ്യം എന്നു തോന്നിപ്പിക്കുന്ന ചില കാര്യങ്ങൾ, സാധ്യമാകുമ്പോൾ വിടരുന്ന പുഞ്ചിരിയ്ക്ക് പകരം വയ്ക്കാൻ മറ്റൊന്നിന്നും ആവില്ല.

330.നഷ്ടമായയതിനെയും,നഷ്ടമാക്കിയതിനെയും ഓർമ്മിക്കാൻ പിൽക്കാലത്ത് ചില സന്ദർഭങ്ങൾ ഉണ്ടാവും; അന്ന് തിരിച്ചറിയും ഭൂതകാലം സമ്മാനിച്ചത് നഷ്ടമായിരുന്നോ അതോ നേട്ടമായിരുന്നോ എന്ന്.

331. എവിടെ തുടങ്ങിയെന്ന് പരിശോധിക്കുന്നതിലും, എവിടെ എത്തിയെന്ന് മാത്രമാവും അന്വേഷണങ്ങൾ.

332. ചുറ്റും എല്ലാരും ഉണ്ടാവുമെങ്കിലും ചില നിമിഷങ്ങളിൽ നമ്മൾ നിസ്സഹായരായി ഒറ്റപ്പെട്ടു പോകും.

333. വിശ്വാസം നഷ്ടപ്പെട്ടവർ പിന്നീട് അന്ധന്മാർ ആയിരിക്കും.

334. ചില സൂര്യോദയൾങ്ങക്കായി കാത്തിരിക്കും, അവിടെ നിങ്ങളുടെ പ്രതീക്ഷ സഫലം ആവണമെന്നില്ല, എന്നാലും ആ കാത്തിരിപ്പിന് ഒരു സുഖം ഉണ്ടാവും.

335. യാത്രയാകുമ്പോൾ ജീവിക്കുന്ന ഓർമ്മകളും, മാതൃകാപരമായ

പ്രവർത്തികളും സമ്പാദിക്കുവാൻ കഴിയണം.

336. കൊഴിഞ്ഞു വീണാലും ശക്തമായ നിലപാടുകളിലൂടെ ജീവിക്കുവാൻ കഴിയണം. അങ്ങനെയുള്ള ജീവിതം മാത്രമെ ചരിത്രം രചിക്കൂ.

337. വിജയാരവങ്ങക്കിടയിൽ തോറ്റവനെ കൂടി കേൾക്കാനും, അവനും ആഘോഷിക്കാനുള്ള അവസരത്തിന് വേണ്ടി കൂടെ നിൽക്കാനും കരുതുവാനും കഴിയണം.

338. ശരിയായ ധാരണകൾ കണ്ടെത്തുന്നതിനു മുമ്പുള്ള എടുത്തുചാട്ടം ആകും ബന്ധങ്ങൾക്ക് കോട്ടങ്ങൾ ആവുക.

339. നല്ല ഓർമ്മകൾ സമ്മാനിച്ചവരുടെ മുഖമാവും, ദുർഘട ഘട്ടത്തിൽ മനസ്സിൽ ആദ്യം വരിക.

340. ഒരിക്കലും പ്രതീക്ഷിക്കാത്ത ചില നല്ല ഇടങ്ങളിലേക്ക് നമ്മെ എത്തിക്കും, അവിടെ നിലനിൽക്കുവാൻ കഴിയുന്നുവെങ്കിൽ അത് നിങ്ങളുടെ ജീവിത വിജയത്തിന്റെ ആരംഭമാണ്.

341. ചിലരുടെ ചില നല്ല വാക്കുകളോളം കരുത്ത് പകരുന്ന ഒന്നുമുണ്ടാകില്ല ചുറ്റും.

342. നഷ്ടമാകുമെന്നുള്ള ഉറപ്പോടെ തന്നെയാവണം സ്നേഹിക്കേണ്ടത്. കാരണം നഷ്ടമാകുന്ന സ്നേഹങ്ങളും മനുഷ്യനെ മനുഷ്യനാക്കും.

343. മാറ്റിനിർത്തുന്നത് തോന്നിത്തുടങ്ങിയാൽ; മറന്നു തുടങ്ങണം.

344. ആത്മാർത്ഥമായി ഹൃദയം കൊണ്ട് സ്നേഹിക്കുന്നവരാവും എപ്പോഴും തലകുനിക്കുന്നത്.

345. ഒരുപാട് കാത്തിരിക്കുന്ന ദിനങ്ങളുടെ ശോഭ മങ്ങുമായിരിക്കും,

എന്നാൽ ആ കാത്തിരിപ്പിനും ഒരു സുഖമുണ്ട്.

346. ഒരുപാട് പ്രതീക്ഷകൾ അർപ്പിക്കുന്നതാവും ജീവിതത്തിലെ ഏറ്റവും വലിയ പാളിച്ച.

347. നമ്മളിൽ ഉള്ള വിശ്വാസം മറ്റുള്ളവർ കാരണം കളങ്കപെട്ടേക്കാം, ആ വിശ്വാസം തിരികെ ലഭിക്കുവാൻ സമയം വൈകിയേക്കും.

348. നിരാശയുടെ മറവിൽ പിൻപ്പോട്ട് നടന്നു തുടങ്ങിയാൽ അതിന്റെ മൂലകാരണം മടി തന്നെയാവും.

349. നിനച്ചിരിക്കാത്ത നേരത്ത് എത്തുന്ന സൗഭാഗ്യങ്ങളാവും ഓർമ്മകളുടെ താഴ്‌വാരത്തിന് ശോഭ കൂട്ടുന്നത്.

350. പിന്നീട് എത്ര ആലോചിച്ചാലും ഓർത്തെടുക്കാൻ കഴിയാത്ത ചില കാരണങ്ങളാവും പല സൗഹൃദങ്ങളും തകർക്കുന്നത്

351. ചില സന്ദർഭങ്ങളിൽ സമയങ്ങളിൽ ചിലതിനെ വേണ്ട എന്ന് പറയുമ്പോൾ ഉള്ള ഒരു ആത്മ സംതൃപ്തിയുണ്ട് പിന്നീടങ്ങോട്ട് ജീവിക്കാനുള്ള ഊർജം നൽകുന്ന ഒരു ആത്മ സംതൃപ്തി.

352. മുൻധാരണകൾ പലപ്പോഴും വഴികളെ നിശ്ചലമാക്കും.

353. ഈ നിമിഷം ആഘോഷിക്കാൻ കഴിയണം, പിന്നീടേക്ക് മാറ്റിയാൽ ഇപ്പോ കിട്ടുന്ന സംതൃപ്തിയോടെ ആസ്വദിക്കാൻ കഴിയണം എന്ന് ഇല്ല.

354. അപ്രതീക്ഷിതമായ ചില ഇടങ്ങളിൽ നിന്നുള്ള വിലയിരുത്തലുകൾ ഒരുപാട് ചിന്തിപ്പിക്കും.

355. മറ്റുള്ളവരുടെ ജീവിതത്തിലേക്കുള്ള ആഴമായ നോട്ടം, പലപ്പോഴും നിങ്ങളുടെ യാത്രകളെ മങ്ങലേൽപ്പിക്കുന്നു.

356. കഷ്ടപ്പെട്ട് ഇഷ്ടപ്പെടുന്നിടത്ത് എത്തുമ്പോഴെ ആ കഷ്ടപ്പാടിനോട് ഒരിഷ്ടം തോന്നൂ.

357. ആരും പ്രതീക്ഷിക്കാതെ ചരിത്രത്തിൽ ഇടം നേടുന്നവരാവും, ഹൃദയത്തിൽ സ്ഥാനം പിടിക്കുക.

358. നിങ്ങളുടെ ന്യായത്തിനു വേണ്ടി വാദിക്കുന്നതിന് മുമ്പ്, സത്യത്തെ അറിയുവാനും അതിനെ മനസ്സിലാക്കുവാനും കൂടെ ശ്രമിക്കണം.

359. ചില നല്ല പുഞ്ചിരികളും, വാക്കുകളുമാകും ഒരു പക്ഷെ നിങ്ങളുടെ വളർച്ചയുടെ പ്രധാന ഉത്തേജനം.

360. കാരണങ്ങൾ തേടുന്നവർക്ക് ഒരു ചെറിയ കാര്യം മതി ഇന്നലകളിലെ നിങ്ങളെ മറക്കാൻ.

361. അവസാന ഫലം നിങ്ങൾ പ്രതീക്ഷിക്കുന്നത് ആവണമെന്നില്ല, എന്നാൽ നിങ്ങളുടെ പ്രവർത്തനമത്രയും നിങ്ങളുടെ പ്രതീക്ഷയുള്ള

അവസാനത്തിന് വേണ്ടിയാവണം.

362. ചില ഇടവേളകൾ എന്നും നല്ലതാണ് പോയവയെ പറ്റി അയവിറക്കാനും, തിരിച്ചുവരവിന് കൂടുതൽ ശക്തമാക്കുവാനുമുള്ള ഇടം കൂടിയാണ് ഇടവേളകൾ.

363. തനിച്ചായവനെ തകർക്കാനാവും ആൾക്കൂട്ടങ്ങൾക്ക് എന്നും ഇഷ്ടവും ഹരവും.

364. തിരിഞ്ഞു നടന്നാൽ തിരിച്ചുവിളിക്കാൻ ആരും ഉണ്ടാവില്ല എന്നുള്ള തിരിച്ചറിവ് എന്നും കൂടെ ഉണ്ടാവണം.

365. ഏതൊരാളെയും തിരുത്തുവാനുള്ള സമയവും സാഹചര്യവും നൽകിയതിനുശേഷമേ വെറുക്കാവൂ.

366. ആരെയും ബുദ്ധിമുട്ടിച്ചു കൊണ്ടാവരുത് നമ്മുടെ ആഘോഷങ്ങൾ.

367. സ്വപ്നം കണ്ട മേഖലയിൽ എത്തിപ്പെടാൻ കഴിഞ്ഞില്ലെങ്കിലും, എത്തിയിടത്ത് നിന്ന് ഉയരത്തിൽ സ്വപ്നം കാണാൻ കഴിയണം.

368. അരികിലുള്ളപ്പോൾ മനസ്സിലാവാത്ത പലതും അങ്ങകലുമ്പോൾ മനസ്സിലാവും.

369. എല്ലാവരെയും മനസ്സിലാക്കുവാൻ ഒരു അവസരം ലഭിക്കും.അത് തിരിച്ചറിയാൻ കഴിഞ്ഞില്ലെങ്കിൽ കാലം നമ്മെ മൂഢൻ എന്ന് വിളിക്കും.

370. തകർന്നിരിക്കുന്നവരിൽ അവർക്ക് വേണ്ട രീതിയിൽ സഹായിക്കുവാൻ എപ്പോഴും കഴിഞ്ഞെന്നു വരില്ല, എന്നാൽ നിങ്ങളുടെ നല്ല വാക്കുകൾ മറ്റെന്തിനെക്കാളും അവരെ സ്വാധീനിക്കും.

371. ആരിലും അവസാന പ്രതീക്ഷ അർപ്പിക്കരുത്, സ്വന്തം മനസാക്ഷിയില്ലാതെ.

372. മറ്റുള്ളവരുടെ വാക്കുകളെ അംഗീകരിക്കുന്നവരെ; പുതിയ പാഠങ്ങൾ പഠിക്കുകയും, പുതിയ തീരങ്ങളിലേക്ക് എത്തുകയുള്ളൂ.

373. പലപ്പോഴും നമ്മൾ അറിഞ്ഞോ അറിയാതെയോ നൽകുന്ന ചില ഉപദേശങ്ങൾ ഉണ്ട്, അത് ഗ്രഹിച്ചെടുക്കാൻ കഴിയുന്നവർ എന്നും അത്ഭുതങ്ങൾ സൃഷ്ടിച്ചവരാണ്.

374. വിശ്വസ്തതയോടെ കൂടെ നിൽക്കുന്നവരെ ലഭിക്കുക എന്നത് ഇന്ന് വിരളമാണ് അവയെ നഷ്ടമാകാതെ ഇരിക്കുക എന്നത് നിങ്ങളുടെ ഉത്തരവാദിത്തമാണ്

375. ചില വാക്കുകൾ മുന്നോട്ടുള്ള യാത്രയ്ക്ക് വേഗത കൂടുന്നു, എങ്കിൽ ആ വാക്കുകളുടെ ഉടമയ്ക്ക് വലിയ സ്ഥാനം ആയിരിക്കും ജീവിതത്തിൽ എന്നും.

376. നിലപാടുള്ളവരും നിലപാട് വ്യക്തമാക്കാൻ കഴിയുന്നവരും ആവണം തലപ്പത്തിരിക്കുന്നവർ.

377. നിലപാടുകൾ ഉള്ളവൻ ആവും എന്നും ആദ്യം വിമർശിക്കപ്പെടുന്നതും, അവർ ആവും പിന്നീട് ചൂണ്ടുപലക ആയി മാറുന്നതും.

378. എന്നും ആലോചിച്ച് വേണം നിലപാടുകൾ വ്യക്തമാക്കേണ്ടത്, ഒരു വശം മാത്രമല്ല മറുവശവും, പലവട്ടം ആലോചിച്ച് അളന്നു കുറിച്ചാവണം നിലപാടുകൾ.

379. നിങ്ങളുടെ നിലപാടുകളിലൂടെ ആവണം സമൂഹം നാളെ നിങ്ങളെ തിരിച്ചറിയേണ്ടത്.

380. ജയത്തേക്കാൾ അതിനു വേണ്ടി നടത്തുന്ന പരിശ്രമങ്ങൾ ആവും ഓർമ്മകളിൽ എന്നും മധുരമായി നിൽക്കുന്നത്.

381. ഉള്ളിനുള്ളിൽ പ്രതീക്ഷിച്ചവരുടെ മുൻപിൽ എങ്കിലും സത്യസന്ധൻ ആകുവാൻ ശ്രമിക്കുക ഇല്ലെങ്കിൽ ഒരുപക്ഷേ കാലം നിങ്ങളെ മൂഢൻ എന്ന് വിളിക്കും.

382. ഹൃദയം തുറന്ന് സ്നേഹിച്ചവർ ഒരിക്കലും പ്രതികാരത്തിന് തുനിഞ്ഞ് പോവുകയില്ല.

383. തുറന്നു സംസാരിക്കുവാൻ ഒരു ഹൃദയത്തിന്റെ കൂട്ട് ഉണ്ടെങ്കിൽ, ഒരുപാട് ചോദ്യചിഹ്നങ്ങൾ പാഴ് ആണെന്ന് നാം തിരിച്ചറിയും.

384. കാലം ചില കാര്യങ്ങൾ തിരിച്ചറിവുകൾ ആയി നൽകും, പണ്ടെപ്പോഴോ ചെയ്ത കാര്യങ്ങൾ അർഥശൂന്യവും മണ്ടത്തരങ്ങളും ആയിരുന്ന വെന്ന തിരിച്ചറിവുകൾ ഉണ്ടായെന്നിരിക്കാം. ചിലപ്പോൾ ആ തിരിച്ചറിവുകളാവും നിങ്ങളെ പക്വതയിൽ എത്തിക്കുക.

385. സമയം ഇല്ലായ്മയുടെ മൂലകാരണം പലപ്പോഴും നമ്മുടെ മടിയാവും.

386. മറ്റുള്ളവരാൽ നിയന്ത്രിക്കപ്പെടുന്നതാവരുത് നിങ്ങളുടെ മനസ്സ്.

387. ജീവനുള്ള നേരം നേരാൻ കഴിയാത്ത വാക്കുകൾ മണ്ണിലമർന്നിട്ട് എത്ര വർണ്ണിച്ചാലും പൂർണ്ണതയുണ്ടാകുമോ!?

388. ചില സമയങ്ങളിൽ നിങ്ങളുടെ നിശബ്ദതയാവും ബന്ധങ്ങളെ പോറ്റി പുലർത്തുക.

389. ഒരുപാട് ശബ്ദങ്ങൾ നിങ്ങൾക്കെതിരെയാണെങ്കിലും, നിങ്ങളുടെ പ്രയത്നം നിങ്ങളെ വിജയത്തിലെത്തിക്കും.

390. ചിലരുടെ സ്നേഹം അങ്ങനെയാണ്; എപ്പോഴും നേരിൽ പ്രകടിപ്പിക്കണമെന്ന് ഇല്ല, എന്നാൽ ചില സമയങ്ങളിലെ സ്നേഹ പ്രകടനം നമ്മെ തീർത്തും അത്ഭുതപ്പെടുത്തും.

391. ബന്ധങ്ങളേക്കാൾ മറ്റു പലതിനും മൂല്യം നൽകുന്നവരെ തിരുത്താൻ നിൽക്കരുത്, ആ നേരം പാഴാകും.

392. ഉയരങ്ങളോട് ആവണം ഇഷ്ടം; സ്വപ്നങ്ങളിലും എന്നും ഉയരങ്ങൾ തന്നെ ആവണം.

393. ചില നേരത്തെ നിശബ്ദത മുതലെടുക്കപ്പെട്ടേക്കാം എന്നാൽ കാലം നിശബ്ദതയ്ക്കുള്ള ഉള്ള മറുപടി നൽകും.

394. ശബ്ദമുയർത്തുന്ന വർക്ക് നേരെയാവും, വിമർശനങ്ങളും ആക്രമണങ്ങളും.

395. ഒന്നും പ്രതീക്ഷിക്കാതെ ചില കാര്യങ്ങൾ ആവും പിന്നീട് ചരിത്രത്താളുകളിൽ ഇടം തേടുന്നത്.

396. നിസ്സഹായവസ്ഥയെ മുതലെടുക്കുന്നവർ ഇന്ന് ചിരിക്കും, നാളെ അവർ ചിന്തിക്കും; കാലം മറുപടിയുമായി എത്തും.

397. നൂറു വഴികൾ മുമ്പിൽ ഉള്ളപ്പോഴും, ചിലതിനെ മാത്രം പ്രതീക്ഷിച്ച് നിലച്ചു പോകുന്നവർ നമ്മളിൽ പലരും.

398. മാറിനിന്നു പറയുവാനും, നോക്കി ചിരിക്കുവാനും ഉള്ളവയല്ല അനുഭവങ്ങൾ; അത് നിങ്ങളുടെ ആയാലും മറ്റൊരാളുടെ ആയാലും.

399. നിങ്ങളുടെ മുന്നിലെ വെളിച്ചം മറച്ച്, ഇരുൾ ആക്കുന്നത് പലപ്പോഴും നിങ്ങൾ തന്നെ ആയിരിക്കും.

400. ഓർക്കുവാൻ ആഗ്രഹിക്കുന്ന, ഓർമ്മിക്കുവാൻ മധുരമുള്ള നല്ല ഓർമ്മകൾ നൽകുന്നതായിരിക്കും ബാല്യം.

401. ഉത്തരവാദിത്തങ്ങൾ   കൂടുമ്പോൾ,   പ്രിയപ്പെട്ടത്   പലതും നിങ്ങൾക്ക് നഷ്ടമാകും.

402. തേടിയെത്തുന്ന അവസരങ്ങൾ വിരളമാണ്, അവസരങ്ങൾക്ക് പിന്നാലെ പായണം, കൈപ്പിടിയിൽ എത്തുന്നത് വരെ.

403. നിങ്ങളുടെ കുറവുകൾ മനസ്സിലാക്കി കൂടെ നിൽക്കുന്നവർ ഉണ്ടെങ്കിൽ നിങ്ങൾ വലിയ ഭാഗ്യവാന്മാർ തന്നെ.

404. ചിലരുടെ സ്വപ്നസക്ഷാത്കാരം ചരിത്രത്താളുകളിൽ ഇടം നേടും.

405. തുറന്നു സംസാരിക്കുന്നവരെ ലഭിക്കുക എന്നത് ഇന്ന് ശ്രമകരമാണ്; എന്നാൽ ആരെ നിശബ്ദതയിലേക്ക് നയിപ്പിക്കുന്നതും നാം തന്നെയാവും.

406. ചിരിച്ചു തള്ളേണ്ട പല കാര്യങ്ങളും, മനസ്സിൽ വെച്ച് പരസ്പരം കണ്ടാൽ പോലും ചിരിക്കാത്ത ചില അപരിചിതരെ സമ്മാനിക്കും.

407. പ്രതീക്ഷകളെ എന്നും പ്രണയിക്കുക ഒന്നു നഷ്ടമായാലും മറ്റൊരു പ്രതീക്ഷയാവും നമ്മെ മുന്നോട്ടു നയിക്കുക.

408. ചരിത്രം സൃഷ്ടിക്കണമെന്ന ആഗ്രഹവുമായി, ചലിച്ചവരാകും വിജയ പതാക ഏറിയവരിൽ ഏറെയും.

409. മുഖത്തടിച്ചു ഉള്ള സംസാരം വേദനിപ്പിക്കും എങ്കിലും; വൈകിയെങ്കിലും തിരിച്ചറിയും തിരിച്ചറിയേണ്ടവ.

410. നിങ്ങൾ കാരണം മറ്റൊരാൾ വേദനിക്കുന്നു എങ്കിൽ, അതാവും നിങ്ങൾ ഇന്ന് ചെയ്യുന്ന ഏറ്റവും വലിയ തെറ്റുകളിൽ ഒന്ന്.

411. നഷ്ടമായത് ഓർത്ത് ചിന്തിച്ചു നിൽക്കുന്നത് മൂഢതരമാണ്, പുത്തൻ പ്രതീക്ഷകളിലേക്കും അവയിലൂടെ പുതിയ തീരത്ത് എത്തുവാൻ കഴിയണം.

412. തിരിഞ്ഞുനോക്കുമ്പോൾ അവിടം ശൂന്യം എങ്കിൽ, അതിന്റെ ഉത്തരവാദിത്വവും നിങ്ങൾക്ക് തന്നെയായിരിക്കും.

413. മാറ്റങ്ങൾ എന്നും നല്ലതാണ്, പക്ഷേ അത് അത്ര എളുപ്പമല്ല. ചുറ്റും തൃപ്തിപ്പെടുത്തി ഉള്ള മാറ്റം അസാധ്യവും.

414. ചില കടുംപിടുത്തങ്ങൾ എത്ര ഹൃദയങ്ങൾ കീറിമുറിക്കുന്നവയാണ് എന്ന് ചിന്തിച്ചു വേണം വാശിയോടുള്ള തീരുമാനങ്ങളെടുക്കാൻ.

415. നടപ്പാക്കാൻ കഴിയുന്ന തീരുമാനങ്ങൾ തിരഞ്ഞെടുക്കുവാൻ കഴിയണം, ഇല്ലെങ്കിൽ ഒരുപക്ഷേ പാതിവഴിയിൽ വേഗത കുറഞ്ഞു പോകും.

416. ആയുധങ്ങൾ കൊണ്ടുള്ള മുറിവുകളെക്കാൾ മൂർച്ച ഏറിയതും വേദനാജനകവും ആയിരിക്കും ചില മനുഷ്യരുടെ വാക്കുകൾക്ക്.

417. നിങ്ങളുടെ സ്ഥലത്തേക്ക് മറ്റൊരാൾ വരുന്നെങ്കിൽ അതിനുള്ള കാരണത്തെ തേടുവാനും, സ്വയം അവലോകനത്തിന് പാത്രമാകാനും കഴിയണം.

418. പ്രതിസന്ധികൾ ഒരുപാട് നൊമ്പരങ്ങൾ സമ്മാനിക്കും എങ്കിലും അത് തരണം ചെയ്യുമ്പോഴുള്ള ആത്മവിശ്വാസം വർണ്ണനാതീതം ആയിരിക്കും.

419. താൽക്കാലികമായി ജീവിതത്തിലേക്ക് കടന്നു വരുന്ന ബന്ധങ്ങളിൽ നിന്നാവും; ഏറെയും നല്ല ഓർമ്മകളും, അതിലേറെ വേദനകളും നൽകുക.

420. : നിങ്ങളുടെ സ്ഥാനത്തേക്ക് മറ്റൊരാൾ വരുന്നെങ്കിൽ അതിനുള്ള കാരണത്തെ തേടുവാനും, സ്വയം അവലോകനത്തിന് പാത്രമാകാനും കഴിയണം.

421. നിയമങ്ങളും നിബന്ധനകളും എല്ലാവർക്കും ഒരുപോലെ ആയിരിക്കണം, അത് നിർമ്മിക്കുന്നവർക്ക് മറ്റൊന്ന് എങ്കിൽ; പാലിക്കുന്നവരുടെ എണ്ണം കുറയുകയും, ചോദ്യങ്ങളുടെ ശബ്ദം ഉയരുകയും ചെയ്യും.

422. ചെറിയ പിണക്കങ്ങൾ എന്നും നല്ലതിനാണ്, കൂടുതൽ മനസ്സിലാക്കുവാനും അതിലേറെ സ്നേഹിക്കുവാനും അതിടയാക്കും.

423. ഉപയോഗിക്കാൻ കഴിയുന്നില്ലെങ്കിൽ സ്വാതന്ത്ര്യവും വലിയ പാഴ്‌വസ്തു.

424. നിലച്ച് പോയേക്കാം ചിലത്, ഒരു ചെറിയ കൈത്താങ്ങ്, കരുതൽ

ഉണ്ടെങ്കിൽ തളരാതെ മുൻപോട്ടു പോകുവാൻ കഴിയും.

425.നിഷ്കളങ്ക ചിന്തയും, അമിതമായി എല്ലാവരെയും വിശ്വസിക്കുന്നവർ ആവും എപ്പോഴും വഞ്ചിച്ചപ്പെടുക.

426. നമ്മുടെ ഓരോ ദിവസവും വ്യത്യസ്തവും, അത്ഭുതകരമായി മാറ്റേണ്ടത് നമ്മളെ നമ്മൾ തന്നെയാവണം.

427. കാണുന്ന ചില സ്വപ്നങ്ങൾ ഒരുപാട് വിദൂരെ ആയിരിക്കും, എന്നാൽ ആ ദൂരം കുറയ്ക്കാൻ കഴിയുന്ന, കുറയുന്നു എന്നു തോന്നിപ്പിക്കുന്ന ചിലർ കൂടെ കൂടും, അപ്പോൾ സ്വപ്നങ്ങളിലേക്കുള്ള വേഗതയും കൂടും.

428. മറ്റുള്ളവരുടെ അനുഭവങ്ങൾ പലപ്പോഴും നമുക്ക് കഥകൾ മാത്രം ആകും. ചില സാഹചര്യങ്ങൾ അവരുടെ സന്തോഷത്തിൽ കൂടെ ചിരിക്കുവാൻ കഴിയും, എന്നാൽ അവരുടെ വിഷമങ്ങളെ അതുപോലെ മനസിലാക്കുന്നവർ വിരളം ആയിരിക്കും.

429. തെറ്റുകളെ ചൂണ്ടിക്കാണിക്കാൻ കഴിയണം, തെറ്റുകൾ മനസ്സിലാക്കിയിട്ടും അത് തുറന്നു പറയാത്തത് ആവും വലിയ തെറ്റ്.

430. ചില സമയങ്ങളിൽ നമ്മുടെ വിട്ടുകൊടുക്കലുകളാകും, കാലം നിങ്ങളെ മാതൃകയാക്കുക.

431. സ്വന്തം ജീവനെ പോലും നോക്കാതെ മറ്റൊരുവന് വേണ്ടി ആത്മാർത്ഥതയോടും കൂടി പ്രവർത്തിക്കുന്നവരാണ് ചരിത്രത്തിന്റെ തങ്കലിപികളിൽ എന്നും ശോഭയോടെ നിൽക്കുന്നവർ.

432. ലക്ഷ്യത്തെ പ്രണയിക്കുന്നവർ, പിന്തുണകളെ മാനികാറില്ല.

433. മറ്റുള്ളവരുടെ ജീവിതത്തിൽ ഒരുപിടി നല്ല ഓർമ്മകളും, പുഞ്ചിരിയും സമ്മാനിക്കാൻ ചില അവസരങ്ങൾ നമുക്ക് ലഭിക്കും,

അവ മനോഹരമായ വിനിയോഗിക്കുമ്പോൾ അവിടെ സുന്ദരമായ ഓർമ്മകൾ പിറക്കുന്നു.

434. ഒറ്റപ്പെടുത്തുന്നു എന്ന് തോന്നിത്തുടങ്ങിയാൽ ചുവട് മാറ്റി ചവിട്ടണം, ഭാരം ആവരുത് ആർക്കും.

435. നല്ല ഓർമ്മകൾ സമ്മാനിക്കാൻ കഴിയണം ഓരോ ആഘോഷരാവുകളിലും.

436. നടപ്പാക്കാൻ കഴിയുന്ന തീരുമാനങ്ങൾ തിരഞ്ഞെടുക്കുവാൻ കഴിയണം, ഇല്ലെങ്കിൽ ഒരുപക്ഷേ പാതിവഴിയിൽ വേഗത കുറഞ്ഞു പോകും.

437. നിങ്ങളുടെ നിങ്ങളെ മനസ്സിലാക്കുമ്പോൾ ജീവിത വിജയത്തിലേക്കുള്ള യാത്രയുടെ വേഗവും, ദൃഢമായ ലക്ഷ്യവും ഉള്ളിൽ സ്ഥാനം പിടിക്കും.

438. ശബ്ദം പല കോണുകളിൽനിന്നും ഉയരുമ്പോഴാണ് ജനാധിപത്യം പൂർണ്ണമാകുന്നത്. പല ആശയങ്ങൾ ഉണ്ടാവും; അതിനെ അനുകൂലിക്കുന്നവരും പ്രതികൂലിക്കുന്നവരും ഉണ്ടാവും; അതിൽ നിശബ്ദത കൊണ്ടുവരുമ്പോൾ അവിടെ ജനാധിപത്യം മരണപ്പെട്ടു തുടങ്ങുകയാണ്.

439. നിങ്ങളുടെ ആത്മവിശ്വാസം ആവും പലപ്പോഴും നിങ്ങളെ മുൻപോട്ട് നയിക്കുക, ഒറ്റപ്പെടുന്ന സാഹചര്യങ്ങളിൽ എത്തിയാൽ ഒരു കൈത്താങ്ങ് കൂടെയുണ്ടാവുമെന്ന് മനസ്സിൽ നിനച്ചാൽ അപ്രതീക്ഷിതമായി ഇടങ്ങളിൽ നിന്നും അവ നിങ്ങളിലേക്ക് എത്തും.

440. ഒറ്റപ്പെടുന്ന സാഹചര്യത്തിൽ ഇനി ഒരു തിരിച്ചു വരവ് ഉണ്ടാവില്ല എന്ന് സ്വയം നിങ്ങൾ നിനച്ചാൽ, അവിടെ അവസാനിക്കും നിങ്ങളുടെ ഭാവിയും സ്വപ്നങ്ങൾ.

441. തിരിച്ചു പറയേണ്ടത് തിരിച്ചു പറയുവാനും, തിരുത്ത് പറയേണ്ടത് തിരുത്ത് പറയാനും കഴിയണം. ഒരു കേൾവിക്കാരൻ മാത്രമായാൽ ചിലപ്പോൾ നിങ്ങൾ മറ്റുള്ളവരുടെ കയ്യിലെ ഒരു യന്ത്രം ആയി മാറും.

442. ആഴം കൂടുമ്പോൾ മധുരം കൂടുന്നു, ഇണങ്ങുമ്പോൾ അധരങ്ങൾ വിടരുന്നു, ഓർമ്മകളുടെ പൂങ്കാവനമാണ് പ്രണയം; അടുക്കുമ്പോഴും അകലുമ്പോഴും മുൻപോട്ടുള്ള വേഗത കുതിക്കും.

443. നഷ്ടമായതിനെ ഓർത്തു വിലപിച്ചു കൊണ്ടിരുന്നാൽ, നേട്ടങ്ങളെ അരികിലിരുത്തി താലോലിക്കുവാൻ കഴിഞ്ഞെന്നുവരില്ല.

444. ആരിൽ നിന്നും ഒന്നും പ്രതീക്ഷിക്കരുത്, അങ്ങനെ ചില പ്രതീക്ഷകൾ ആവും പിന്നീട് നമ്മളെ തലകുനിക്കാൻ ഇടയാക്കുക.

445. നിങ്ങൾ കാരണം മറ്റൊരാളുടെ ജീവിതത്തിൽ ഒരു മാറ്റം കൊണ്ടുവന്നാൽ ഒരു പക്ഷെ അത് ചരിത്രത്തിന്റെ തങ്കലിപികളിൽ ഇടം നേടണം എന്നില്ല. പക്ഷെ മൂകമായിരുന്ന ഒരു വ്യക്തിയെ ചലിപ്പിക്കാൻ നിങ്ങളിലൂടെ ഉണ്ടായ മാറ്റത്തിനു കഴിയും.

446. അഴിക്കുള്ളിലും നിന്റെ കിരണങ്ങൾക്കായി കാത്തിരുന്നു ഇന്നു കാർമേഘങ്ങളാൽ ഇടപെട്ടു എന്നൊന്നായി നിന്റെ കിരണങ്ങളെ കൂടിക്കാൻ കഴിയില്ല. നി എത്തും ഉള്ളിൽ പ്രകാശം പരത്തും ജീവൻ നൽക

447. രണ്ടുപേർ ചേരുമ്പോൾ അവരുടെ സംഭാഷണത്തിൽ ഏറെയും മൂന്നാമതൊരുവനെ പറ്റിയുള്ള ചർച്ചയാവും, നേരിൽ പറയുമ്പോൾ മുഖം ചുളുങ്ങിയേക്കാം, എന്നാൽ നേരിൽ പറയേണ്ടത് നേരിൽ പറയണം. ഇല്ലെങ്കിൽ ഒരുപക്ഷേ; നിങ്ങളുടെ ചർച്ചകൾ കൊഴിഞ്ഞു വീഴുന്ന പഴുത്ത ഇല പോലെയാവും!

448. തല താഴ്ത്തുമ്പോൾ നൽകുന്നതിനേക്കാൾ അറിഞ്ഞു

നൽകുമ്പോൾ, തിരിച്ച് ഉള്ളിൽനിന്നും ഒരു പുഞ്ചിരി വിടരും.

449. എല്ലാവരും തിരക്കിലാണ് കൂടെ ഉണ്ടെന്നു കരുതുന്ന നിഴൽ പോലും ചിലപ്പോൾ തിരക്കിട്ടു നിങ്ങൾക്ക് മുമ്പ് നടക്കും, പെട്ടന്നുണ്ടാകുന്ന ഏകാന്തത തളർത്തിയേക്കാം. പിന്നെ അത് ശീലം ആകുമ്പോൾ, ആ ഏകാന്തത വളം ആവും.

450. ചുറ്റും ഇരുട്ടാണ് എങ്കിലും, ആഗ്രഹങ്ങളുടെ കൊടുമുടിയിൽ അവന്റെ സൂര്യന് മറ്റാർക്കും നോക്കാൻ കഴിയാത്തത്ര ശോഭ ആയിരിക്കും. ആ ശോഭയെ മനസ്സിലാക്കുവാനോ, പകർത്താനോ എല്ലാവർക്കും കഴിയണമെന്നില്ല!

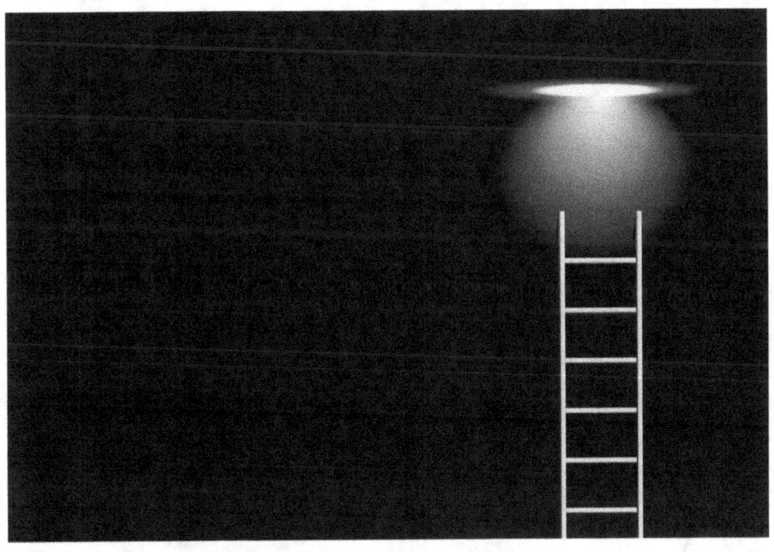

451. യുദ്ധങ്ങൾക്കും അക്രമങ്ങൾക്കും ആഹ്വാനം ചെയ്യുന്നവർ, അല്ലെങ്കിൽ അത് കണ്ട് ആസ്വദിക്കുന്നവർ എന്നും ഒരു സുരക്ഷാ വലയത്തിനുള്ളിൽ ആയിരിക്കും. അവിടെ അവരുടെ നാവ് മാത്രമാണ് അവരുടെ ആയുധം. തെരുവിലും വീഥികളിലും അനാഥരാകുന്നത് എന്നും സാധാരണക്കാർ മാത്രമാണ്. രക്ത തിളപ്പിൽ പലപ്പോഴും ഈ

സാധാരണക്കാർക്ക് ശബ്ദം ആകുവാൻ യൗവനങ്ങൾ കുതിച്ചുചാടും. ഒടുവിൽ അവർക്ക് സമ്മാനമായി ലഭിക കുടുംബത്തിന് അനാഥത്വവും കണ്ണീരും മാത്രമാവും.

452. യൗവനം മുതൽ മധ്യവയസ്കനിലേക്കുള്ള യാത്രയുടെ വേഗത അതിവേഗമാണ്. യൗവനത്തിൽ പാഴാക്കുന്ന ഓരോ നിമിഷവും പിന്നീടുള്ള എല്ലാ കാലഘട്ടത്തിലും നൊമ്പരവും വിങ്ങലും മാത്രം ആവും നൽകുക.

453. ആഗ്രഹിച്ച പലതും പലപ്പോഴും നഷ്ടമാകും അതൊരുപാട് പിന്നോട്ട് നടത്തും, എന്നാൽ അപ്രതീക്ഷിതമായ ചിലത് നമ്മിലേക്ക് എത്തും ആഗ്രഹിച്ചത് നേടുന്നതിനേക്കാൾ മധുരവും ഓർമ്മകളും ആവും അവ സമ്മാനിക്കുക.

454. നിഷ്കളങ്കതയെയാകും ഏറെ മുതലെടുക്കുക. ആ ഒന്നിനെ തിരിച്ചറിഞ്ഞു അതിനോടൊന്നു മുഖം തിരിച്ചാൽ പിന്നിട് നാല് പേർക്കിടയിലെ ചർച്ചാവിഷയവും നിങ്ങൾ

455. പുസ്തകതാളുകൾ അറിവ് സമ്മാനിക്കുന്നു, ജീവിതാനുഭവങ്ങൾ തിരിച്ചറിവുകൾ നൽകുന്നു.

456. നിന്റെ ജീവിതം കണ്ട് വരുന്നവരോട് പടിയിറങ്ങുന്നത് വരെ കഥകൾ പറഞ്ഞിരിക്കരുത്. പകരം മറക്കാനാവാത്ത വിധം അവരുടെ കവിതയാവുക.

457. ചില പരിചയക്കാരുണ്ടാകും. നമുക്ക് അവർ വെറും പരിചയക്കാർ. പക്ഷേ അവർ നമ്മെ അടുത്ത സുഹൃത്തായാവും കാണുക, അത് ഒരാവശ്യം വരുമ്പോഴേ നമുക്ക് മനസിലാകൂ.

458. നഷ്ടമായതോ ഭാഗ്യത്തിന്റെ നിഴൽ തട്ടാതത് മൂലമോ നമ്മിൽനിന്ന് നഷ്ടമായ ആഗ്രഹങ്ങളുടെ ഒരു ഘോഷയാത്ര മുൻപിൽ ഉണ്ടെങ്കിലും, ഒരു ചെറിയ പ്രതീക്ഷയുടെ വെളിച്ചം മുൻപിൽ

കാണുമ്പോൾ ചുണ്ടുകൾ വിടരും, അതാവും കാത്തിരുന്ന ആ വിജയം.

459. ചിലരോട് ഒപ്പമുള്ള യാത്രകൾ കാഴ്ചകൾക്കും, അനുഭവങ്ങൾക്കും അപ്പുറം; തുറന്ന മനോഹരമായ ഒരുപാട് സംഭാഷണങ്ങളുടെ വേദിയായി മാറും.

460. തളരുമ്പോഴും വളരുമ്പോഴും, നയനങ്ങൾ നിറയുമ്പോഴും അധരങ്ങൾ വിടരുമ്പോഴും, മറ്റുള്ളവരുടെ മുഖം വാടാത്തതും അംഗീകരിക്കാൻ കഴിയുന്നതുമായ ലഹരികൾ ഉണ്ടാവണം.

461. ഓരോ ബന്ധങ്ങളും ഒരുപാട് പ്രതീക്ഷകൾ നൽകി കൊണ്ടാണ് അരികിലേക്ക് വരുന്നത്. ചിലത് നിഴൽ പോലെ കൂടെ ഉണ്ടാവും, മറ്റ് ചിലത് നിശാ സമയത്ത് നഷ്ടമാകുന്ന നിഴൽപോലെ മാറി അകലും. എന്നാൽ ആ ബന്ധങ്ങൾ നൽകിയ പ്രതീക്ഷകളെ ഉപേക്ഷിക്കുമ്പോൾ ചുറ്റും ശൂന്യമാകും. ആ പ്രതിക്ഷകളെ നിറവേറ്റാൻ കഴിയണം അരികിലുണ്ടെങ്കിലും അകലെയാണെങ്കിലും.

462. നിങ്ങളുടെ അദ്ധ്വാനത്തിന് പ്രയത്നത്തിന്, ആത്മാർത്ഥതയുണ്ടെങ്കിൽ എത്ര വൈകിയാലും നിങ്ങളിലേക്കുള്ളത് നിങ്ങളിലേക്കെത്തും.

463. ഉയരങ്ങൾ സ്വപ്നം കണ്ടു കുതിക്കുമ്പോൾ കൂടെ നടന്നവരെയും, കൂടെയുള്ളവരെയും മറക്കരുത്. ലക്ഷ്യസ്ഥാനത്തെത്തി കഴിഞ്ഞാൽ എല്ലാം ഉണ്ടെങ്കിലും, ചിലപ്പോൾ വിഷമങ്ങളും, സന്തോഷവും പങ്കുവയ്ക്കുവാൻ ആരും ഉണ്ടായെന്ന് വരില്ല.

464. നമ്മളിൽ നിന്ന് ഞങ്ങളിലേക്ക് ഉള്ള ദൂരം ചെറുതാണ്. എന്നാൽ പിന്നീട് നമ്മളിലേക്ക് എത്തുവാനുള്ള ദൂരം വലുതാണ്. ഞങ്ങളിൽ നിന്ന് പഴയ നമ്മൾ ആകുന്നവർ വിരളം ആയിരിക്കും.

465. നേരിൽ ചിരിക്കുകയും മറഞ്ഞു പരിഹസിക്കുന്നവരുടെ ഇടയിൽ

നിശബ്ദതയാണ് നല്ലത്.ആ പരിഹാസ വാക്കുകൾ കേൾക്കുന്നവർ വിവേകത്തോടെ അവ തഴയും, മറിച്ചാണെങ്കിൽ അവിടെയും നിശബ്ദതയാണ് നല്ലത്; കാലം തെളിയിക്കും!

466. ഇനിയൊരു തിരിച്ചു വരവ് ഉണ്ടാവില്ല എന്ന് കരുതി എഴുതിത്തള്ളുന്ന ചിലത് ഉണ്ടാവും. എന്നാൽ അക്ഷീണ പ്രയത്നം കൊണ്ട് ചിലർ മടങ്ങിവരും, വിമർശിച്ചവരുടെയും പുച്ഛരിച്ചവരുടെയും കയ്യടികൾ ഏറ്റുവാങ്ങുവാൻ.

467. മറ്റൊരാളുടെ വ്യക്തി ജീവിതത്തിലേക്കും, അവരുടെ വ്യക്തി സ്വാതന്ത്ര്യം മുറിച്ച് കീറുകയും, അതിനെ വിമർശിക്കുകയും മാനസിക പീഡനങ്ങൾ നൽകുകയും ചെയ്യുന്നവർ ഇന്നും നമുക്ക് ചുറ്റുമുണ്ട്. അവരുടെ ചിന്താഗതികളെ മാറ്റുക എന്നത് അതികഠിനം ആയിരിക്കും. ചിലപ്പോൾ കണ്ടില്ലെന്നു നടിക്കുവാൻ കഴിയും, എന്നാൽ നമ്മുടെ നിശബ്ദതയെ മുതൽ എടുക്കപ്പെടുമ്പോൾ മൂർച്ചയേറിയ വാക്കുകൾ തന്നെയായിരിക്കും ഒരു പരിഹാരം.

468. മുൻപിലെ വെളിച്ചം അല്പ വിദൂരെ ആണെങ്കിലും അതിനെ കണ്ടില്ലെന്ന് നടിച്ചു. തിരിഞ്ഞുനടന്നു ചുറ്റും ഇരുട്ടാണ്. പ്രതീക്ഷ നഷ്ടപ്പെട്ട ജീവിതമെന്ന് സ്വയം നിനച്ചാൽ കാലവും ചരിത്രവും വിളിക്കും മൂഢ!

469. ഫലകങ്ങളിൽ എഴുതി പിടിപ്പിക്കുന്ന കാവ്യാത്മക വാക്കുകളേക്കാൾ മനസ്സിന് കുളിർമയേകുന്നതും, കരുത്തുപകരുന്നതും. ഒരിക്കൽ പോലും പ്രതീക്ഷിക്കാത്ത, അറിയാത്ത ഇടങ്ങളിൽ നിന്നുള്ള നല്ല വാക്കുകൾ ആയിരിക്കും.

470. ചില നേരത്തെ ഏകാന്തത ഒറ്റക്കുള്ള ഇരിപ്പ്, അതൊരു സുഖമാണ്. നഷ്ടങ്ങളെ കുറിച്ചുള്ള ഓർമ്മകളും, സ്വയം വിലയിരുത്തലുകളും, ചിലപ്പോൾ ഒരിക്കലും നടക്കില്ല എന്ന് ഉറപ്പുള്ള ചില സ്വപ്നങ്ങളും. ആ നിമിഷങ്ങൾ ആസ്വദിക്കാൻ കഴിയണം, എപ്പോഴും കണ്ടെത്താൻ കഴിഞ്ഞെന്നു വരില്ല, ചില അയവിറക്കൽ

ഉള്ള സമയം.

471. നമ്മെ അടുത്തറിയുന്നവർ ഏറെയും കളിയാക്കുന്നതും, ചിലർ ഏറെ ഇഷ്ടപ്പെടുന്നതും മറ്റു ചിലർ അസൂയയോടെയും, മറ്റു ചിലരിൽ അത്ഭുതത്തോടെയും നോക്കി കാണുന്ന ഒന്നാണ് ഉറക്കം.

472. ചില രാവുകൾ പ്രതീക്ഷകളുടേതാണ്. നാണയത്തിന്റെ ഇരുവശങ്ങൾ പോലെ മുൻപിൽ സംഭവിക്കാൻ പോകുന്നതിനെ പറ്റി വ്യക്തമായ ഗ്രാഹ്യം ഉണ്ടാവും എന്നാൽ നാളെയുടെ രാവ് ഉണരുമ്പോൾ നിങ്ങളുടെ പ്രതീക്ഷയുടെ നക്ഷത്രം ഉദിച്ചുകാണണമെന്നുള്ള സ്വപ്നത്തോടെ ആവണം മയക്കം.

473. പൂത്തു വിടരണം സുഗന്ധം ഏകണം ആവേശം ആവണം എന്നുകരുതി നട്ടുവളർത്തി. വാടിപ്പോയി തളർന്നു വീണു, പക്ഷേ കൂടെ നിന്ന് അതിന്റെ കരുതൽ നൽകിയതിന്റെ പ്രണയവും ആവേശവും വിട്ടുമാറില്ല, കാരണം ഇത് നമ്മൾ നട്ടുവളർത്തിയത് ആണ് ഇത് നമ്മുടേതാണ്.

474. പതറിപ്പോയവർക്ക് പറന്നുയർന്നേ മതിയാവൂ, അവരുടെ വീഴ്ചയെ സ്വന്തം തോൽവികളെ പോലെ കാണുന്നവർ, കൂടെ നിൽക്കുന്നവർ ഉണ്ടെങ്കിൽ ഏതു അവസ്ഥയിൽ നിന്നും ഫീനിക്സ് പക്ഷിയെ പോലെ അവർക്ക് പറന്നുയർന്നേ മതിയാവൂ, അതവരുടെ മികവിന്റെ മാത്രം വിജയം ആവില്ല, കൂടെ നിന്ന് അവരുടെ കൂടെയാണ്.

475. ചില സ്വപ്നങ്ങൾ ഒരുപാട് വിദൂരെ ആയിരിക്കും, എത്തിപ്പെടാൻ കഴിയില്ലെന്ന് സ്വയം ബോധ്യവും ഉണ്ടാവും. എന്നാൽ ആ സ്വപ്നങ്ങളെ ഉള്ളിൽ കൊണ്ടു നടക്കുന്ന കാലയളവ് മധുരം നിറഞ്ഞ നിമിഷങ്ങൾ ആയിരിക്കും. അത് വെറും നേരംപോക്ക് മാത്രമായിരിക്കും. എന്നാൽ ചിലപ്പോൾ അത് നിങ്ങളുടെ ജീവിതത്തെ സ്വാധിനിച്ചേക്കാം. മിഴി നിറയേണ്ടത് ചിലപ്പോൾ ആ സ്വപ്നങ്ങൾ കരുത്തുപകരും.

476. കടലാസുകളാണ് ഇന്ന് നമ്മളെ നിയന്ത്രിക്കുന്നത്. നിങ്ങൾ ആരായിരുന്നാലും എന്തായിരുന്നാലും കൈയിലെ കടലാസുകളുടെ ഘനം സമൂഹത്തിൽ നിങ്ങൾക്കും മൂല്യം നൽകും. അതിന്റെ കുറവ് പലപ്പോഴും പിന്നിലേക്ക് അടിക്കും, കടലാസുകളുടെ ദൗർബല്യം പലപ്പോഴും നിങ്ങളുടെ കഴിവുകളെയും, സ്വപ്നങ്ങളെയും, പ്രയത്നങ്ങളെയും മറ്റുള്ളവരുടെ മുൻപിൽ അന്ധമാക്കി കളയും.

477. ബന്ധങ്ങളെ സൃഷ്ടിക്കുക എന്നത് പലപ്പോഴും എളുപ്പമാണ്. നിറഞ്ഞ ഒരു പുഞ്ചിരിയിലൂടെ അവയെ നേടാനാവും, എന്നാൽ ബന്ധങ്ങൾ നിലനിർത്തുക എന്നത് ക്ലേശകരമാണ്. ചില സാഹചര്യങ്ങളിൽ ഒന്ന് തലകുനിക്കേണ്ടി വരും, അധരങ്ങൾ മുറുക്കേണ്ടി വരും. എന്നാൽ അ നല്ല ബന്ധങ്ങളെ നിലനിർത്തുവാൻ മുൻപോട്ടു കൊണ്ടുപോകുവാൻ എന്നും നമ്മെ സഹായിക്കും.

478. എന്നും എപ്പോഴും എല്ലാവരെയും പരിഗണിക്കാൻ കഴിഞ്ഞു എന്ന് വരില്ല, എന്നാൽ പരിഗണന അർഹിക്കുന്ന നേരം അവ ആഗ്രഹിക്കുമ്പോൾ; നമുക്കായി സമയം കണ്ടെത്തി കൂടെ നിൽക്കുന്നവർ ഉണ്ടെങ്കിൽ, അത് എന്നും ഒരു സൗഭാഗ്യമാണ്.

479. സമരരീതികൾ മാറേണ്ട സമയം കഴിഞ്ഞു, എന്നും സമരങ്ങൾ ബാധിക്കുക സാധാരണക്കാരെയാണ്. ആരാണ് ദ്രോഹിക്കുന്നത്, ആരാണ് നിങ്ങൾക്ക് എതിരായ നയം കൊണ്ടുവരുന്നത് അവരോട് നേരിട്ട് ആവണം സമരം ഇന്ന് സമരങ്ങൾ അതിഗംഭീരമായി നടക്കുന്നു. സമരങ്ങൾക്ക് ഇടയാക്കിയ അവർ മാളിക കളിൽ സുരക്ഷിതം. സാധാരണക്കാരനും ഇനി നാളെ എന്തെന്ന് ഉള്ള ചോദ്യചിഹ്നത്തോടെ അവരുടെ വീടുകളിലും.

480. ജനാധിപത്യത്തിൽ ശക്തമായ പ്രതിപക്ഷം ഉണ്ടാവണം. ചോദ്യം ചെയ്യേണ്ടതു ചോദ്യം ചെയ്യാനും, ചിലത് ചൂണ്ടിക്കാട്ടുവാനും, കൂടെ നിൽക്കേണ്ടിടത്തു കൂടെ നിൽക്കുവാനും എല്ലായിടത്തും ശക്തമായ ഒരു പ്രതിപക്ഷം ഉണ്ടെങ്കിൽ തെറ്റ് ചെയ്യുന്നവർ, തെറ്റിനെ പറ്റി

ചിന്തിക്കുന്നവർ ഒന്നു ഭയക്കും. മൂർച്ചയേറിയ ചോദ്യങ്ങൾക്കും, മൂർച്ചയേറിയ ചൂണ്ടിക്കാട്ടലുകൾക്കും മറുപടി നൽകണമെന്ന് ഓർക്കും.

481. ചിലരുടെ സ്നേഹത്തിനു മുൻപിൽ നിശബ്ദരായി പോകും ഇതിനെ താൻ അർഹതപ്പെട്ടത് ആണോ എന്ന് ചിന്തിച്ചു പോകും. ആ നിഷ്കളങ്ക സ്നേഹത്തിനു മുൻപിൽ നമ്മുടെ ചില കപട സ്നേഹത്തെ ഓർത്ത് സ്വയം പുച്ഛരിക്കും അവിടെ തിരിച്ചറിവുകളും ആരംഭിക്കും.

482. പക്വത സമ്മാനിക്കുന്നത് അറിവുകളെക്കാൾ, തിരിച്ചറിവുകളാണ്.

483. അവസരങ്ങൾക്ക് പിന്നാലെ പായും അരികിലെന്നാകുമ്പോൾ ചുവടുകളുടെ വേഗത കുറയും നിനച്ചിരിക്കാത്ത നേരം അപ്രതീക്ഷിതമായി അത് നമ്മിലേക്ക് എത്തും, ചുവടുകളുടെ വേഗത കുറഞ്ഞ കാരണം മടിയാവും നമ്മെ ഭരിക്കുക. അരികിൽ എത്തിയവയെ അപ്പോൾ സ്വീകരിക്കാൻ കഴിഞ്ഞില്ലെങ്കിൽ; അവസരങ്ങൾ എത്തും ഒരു ഒരു സ്വപ്നമായി മാറും. മറിച്ച് അതിനെ സ്വീകരിച്ച് പ്രവർത്തിച്ചു കാണിച്ചാൽ. പിന്നീട് അങ്ങോട്ട് അവസരങ്ങളുടെ ആദരവുകളുടെ ഒരു ഘോഷയാത്ര തന്നെ നമ്മിൽ എത്തും.

484. സ്വന്തം സ്വപ്നങ്ങളെയും ആഗ്രഹങ്ങളെയും കണ്ണടച്ചിരുട്ടാക്കി. ഏറെ ചെറുപ്പത്തിലെ കുടുംബഭാരം തോളിലേറ്റിയവർക്ക് പലപ്പോഴും സമപ്രായക്കാരോടൊപ്പം ഇരിക്കുമ്പോൾ ഒഴുകുന്ന കഥകളുടെ ഒപ്പം പിടിക്കുവാനോ കൂടെ ചേർക്കുവാനോ കഥകൾ ഉണ്ടാവില്ലെന്ന് വരും. അവരുടെ കഥകൾ കേൾക്കാൻ തയ്യാറായവരും ചുരുക്കം. എന്നും അവരുടെ കഥയിലെ നായകൻ അവർ തന്നെയാവും. ചുറ്റുമുള്ളവർ അത് കണ്ടില്ലെന്ന് നടിക്കുന്നു.

485. ഒരു ദിനവും അവിസ്മരണീയമായി പിറക്കുന്നില്ല, നമ്മിലെ നാമാണ് അതിൽ അവിസ്മരണതയുടെ ചിത്രങ്ങൾ രചിക്കുന്നത്.

486. സമയം നമ്മോട് മത്സരിച്ചു കടന്നുപോകും. അവയെ ആവശ്യമുള്ളപ്പോളും ഇല്ലാത്തപ്പോഴും നമുക്കുവേണ്ടി കാത്തിരിക്കാറില്ല. നമ്മിൽ നിന്നും അകന്നു പോകുന്ന ഓരോ നിമിഷത്തെയും എങ്ങനെ വിനിയോഗിക്കുന്നു എന്നത് നമ്മുടെ മാത്രം ഉത്തരവാദിത്തം ആണ്.

487. വിധി. നിയോഗം. ഇത് നമ്മളിലെ ചിലതിനെ മറക്കുവാൻ ഉള്ള വെറും അക്ഷരങ്ങൾ ചേർക്കുന്ന വാക്കുകൾ മാത്രമാണ്. അതിൽ പ്രധാനി നമ്മിലെ മടിയാവും.

488. മറ്റൊരാളെ വിലയിരുത്തുവാനുള്ള താല്പര്യം നമ്മിൽ വേണ്ട മാറ്റങ്ങൾക്കോ,നമ്മുടെ മാറ്റങ്ങൾ അംഗീകരിക്കാനോ, ആ മാറ്റങ്ങൾ പ്രാവർത്തികമാക്കാനോ പലപ്പോഴും നമ്മുടെ താത്പര്യങ്ങൾക്കു താല്പ്ര്യം ഉണ്ടാകില്ല.

489. മറവി അഭിനയിക്കുന്നവരെ വിളിച്ച് ഉണർത്തുക ശ്രമകരമാണ്. ആ അഭിനയം മറ്റു ചിലരെ കീറിമുറിക്കുന്നുണ്ടാവും. ആ തിരിച്ചറിവ് അഭിനേതാക്കളിൽ ഇല്ലെങ്കിൽ നമ്മുടെ ശ്രമമോ പാഴാകും.

490. നിഷ്കളങ്ക സൗഹൃദം തേടിയെത്തുന്നത് അല്ല, നേടിയെടുക്കുന്നതാണ്. നിങ്ങളെ കണ്ട് വന്ന് അടുക്കുന്ന സൗഹൃദവും, നിങ്ങളിലെ നിങ്ങളെ തിരിച്ചു അരികിലെത്തുന്ന സൗഹൃദവും, തമ്മിൽ ഒരുപാട് അന്തരം ഉണ്ടാവും.

491. എല്ലാവരും നമ്മെ നാം മനസ്സിലാക്കുന്നത് പോലെ മനസ്സിലാക്കണം എന്നില്ല. എന്നാൽ ചിലയിടങ്ങളിൽ മനസ്സിലായിട്ടും മനസ്സിലാകുന്നില്ല എന്ന നടനം, ഹൃദയത്തെ ഒരുപാട് വേദനിപ്പിക്കും.

492. എല്ലാവരുടെയും ശബ്ദം നിശബ്ദം ആകുന്നിടത്തു മറ്റുള്ളവരുടെ ശബ്ദം ആകുവാൻ വേണ്ടി ഇറങ്ങുന്നവർ ആകും, പിന്നിട് ഏറ്റവും കൂടുതൽ വിമർശനങ്ങൾ ഏറ്റുവാങ്ങുക.

493. പുതിയൊരു വാതിൽ മുൻപിൽ കാണുമ്പോൾ, അല്ലെങ്കിൽ ഒരു വെളിച്ചം ഉണ്ടാവുമ്പോൾ പഴയതിനോട് ഒരു അമർഷവും പരിഭവവും ഉണ്ടാവും. പുതിയത് തേടിപ്പോകുന്നത് എന്നും നല്ലതാണ്, എന്നാൽ ആ കണ്ടെത്തൽ പഴയതിനെ കുത്തി നോവിച്ചാകരുത്.

494. നിരാശകൾ എന്നും ജീവിതത്തിന്റെ ഭാഗം ആണ്. പലപ്പോഴും അത് പല രീതിയിൽ നമ്മെ സമീപിക്കുന്നു. ചിലപ്പോൾ നമ്മെ നിശ്ചലമാക്കുന്നു. മറ്റു ചിലപ്പോൾ അത്, നൽകുന്ന ഊർജ്ജവും ആവേശവും മറ്റൊന്നിനും മറ്റാർക്കും നൽകാൻ ആവില്ലായിരിക്കും. നമ്മൾ പോലും പ്രതീക്ഷിക്കാത്ത ഇടത്ത് എത്തി ചേർക്കും.

495. കരയിച്ചവരുടെ മുന്നിൽ വിഷമിച്ചു നടന്നിട്ടു കാര്യമില്ല. അതവരുടെ വിജയമായി മാറും. ജീവിക്കുക സ്വപ്നങ്ങളുമായി, സ്വപ്നങ്ങൾ സ്വന്തമാക്കാൻ.

496. നിങ്ങളുടെ അദ്ധ്വാനത്തിന് പ്രയത്നത്തിന്, ആത്മാർത്ഥതയുണ്ടെങ്കിൽ എത്ര വൈകിയാലും നിങ്ങളിലേക്കുള്ളത് നിങ്ങളിലേക്കെത്തും!

497. ഒന്ന് സംസാരിച്ച്, ഒരു നല്ല ചിരിയിലൂടെ തീരാവുന്ന പ്രശ്നങ്ങളെ പലർക്കുമുള്ളൂ, കാരണം മനസ്സറിയുന്നവനാണ് മനുഷ്യൻ.

498. എന്നും വിജയിക്കുന്നവരുടെ വിജയത്തേക്കാൾ ഇരട്ടി തിളക്കം ആയിരിക്കും ഒരുപാട് നഷ്ടങ്ങളിൽ നിന്നും അവസാനം വിജയിച്ചവന്റെ വിജയത്തിന്.

499. നമ്മളിൽ ശരിയുണ്ടെങ്കിൽ;ചെയ്തത് തെറ്റല്ലങ്കിൽ;ആരുടെ മുഖത്തുനോക്കിയും സംസാരിക്കാൻ കഴിയും.

500. ആരുടേയും പിന്തുണ തേടരുത്. അപ്രതീക്ഷിതമായി പ്രതീക്ഷിച്ചുക്കൊണ്ട് ആവരുത് ഒന്നും. പിന്തുണകൾ ലഭിച്ചാൽ അത്

നമ്മുടെ വിജയമാണ്.

നമ്മുടെ വിജയമാണ്.

Note

Note

Note